AMKA,
ISRAELI

"Jua litageuzwa kuwa giza,
na mwezi kuwa damu,
kabla haijaja hiyo siku ya BWANA
iliyo kuu na itishayo.
Na itakuwa ya kwamba
mtu awaye yote atakayeliita jina la BWANA
ataponywa;
kwa kuwa katika mlima Sayuni na katika Yerusalemu
watakuwako watu watakaookoka,
kama Bwana alivyosema;
na katika mabaki, hao awaitao Bwana."

(Yoeli 2:31-32)

AMKA, ISRAELI

Dr. Jaerock Lee

AMKA, ISRAELI na Dr. Jaerock Lee
Kimechapishwa na Urim Books (Mwakilishi: Johnny. H. Kim)
235-3, Guro-dong 3, Guro-gu, Seoul, Korea
www.urimbooks.com

Haki zote zimehifadhiwa. Hairuhusiwi kunakili kitabu hiki au sehemu ya kitabu hiki katika mfumo wa aina yoyote, kutunzwa katika mfumo ambao kinaweza kusambazwa au kupatikana tena kwa namna au njia yoyote ile, au kubadilishwa katika namna yoyote ile, kielekroniki, kimakenika, kutolewa kivuli (fotokopi), kurekodiwa au vinginevyo, bila idhini ya maandishi kutoka kwa mchapaji.

Isipokuwa vinginevyo kama imebainishwa, nukuu yote ya Maandiko imechukuliwa kutoka katika Biblia ya Kiswahili – Union Version iliyochapishwa na Chama cha Biblia cha Kenya na Chama cha Biblia cha Tanzania ©1997 Imetumiwa kwa ruhusa.

Hakimiliki© 2009 na Dr. Jaerock Lee
ISBN: 979-11-263-1256-6 03230
Hakimiliki ya Kutafsiri © 2008 na Dr. Esther K. Chung. Imetumiwa kwa ruhusa.

Awali kilichapishwa kwa Kikorea na Urim Book 2007

Kimechapishwa kwa Mara ya Kwanza Julai 2008
Toleo la Pili Julai 2008
Toleo la Tatu Agosti 2009

Kimehaririwa na Dr. Geumsun Vin
Jalada limesanifiwa na Editorial Bureau of Urim Books
Kwa taarifa zaidi wasiliana na urimbook@hotmail.com

Utangulizi

Mwanzo wa karne ya 20, mfululizo wa matukio ya kutambulika ulifanyika katika nchi kame ya Palestina, na hakuna aliyetamani kuishi humo wakati huo. Wayahudi waliokuwa wametawanyika kila mahali katika Ulaya ya Mashariki, Urusi, na nchi nyingine za ulimwengu walianza kumiminika katika nchi iliyojaa miiba, umaskini, njaa, magonjwa, na mateso

Hata ingawa kulikuwa na kiwango cha juu cha vifo kutokana na malaria na njaa, Wayahudi hawakupoteza kiwango chao cha juu cha imani na tamaa bali walianza kujenga kibuzi (mahali pa kazi kule Israeli, kwa mfano shamba au kiwanda, ambapo wafanyakazi wanaishi pamoja na kufanya kazi zote pamoja na kugawanya mapato). Kama vile Theodor Herzl, mwanzilishi wa Uyahudi wa kisasa, alivyobisha, "Ukiazimia sio ndoto," kurejeshwa upya kwa Israeli kulikuwa halisi.

Kwa haki yote, kurejeshwa upya kwa Israeli kulionekana kama ndoto isiyowezekana kutimizwa na hakuna mtu aliyependa kuiamini. Wayahudi, hata hivyo, walitimiza ndoto hiyo na kwa kuazaliwa upya kwa serikali ya Israeli walipata taifa lao wenyewe kimiujiza kwa mara ya kwanza katika takribani miaka 1,900.

Watu wa Israeli, hata ingawa wameteswa na kuumizwa sana kwa karne nyingi, huku wakiwa wametawanyika katika nchi zisizokuwa zao, walishikilia imani yao, utamaduni wao na lugha yao na wakaziboresha wakati wote. Baada ya kuanzisha nchi ya kisasa ya Israeli, walilima ardhi zao kame na wakawekea mkazo mwingi juu ya kukuza viwanda tofauti tofauti ambavyo viliruhusu taifa lao kuingia katika kundi la nchi zilizoendelea, nao ni watu wa kutambulika waliovumilia na kustawi katikati ya lchangamoto na vitisho vya kila mara dhidi ya wao kama taifa kuendelea kuwako.

Baada ya kuanzisha kanisa la Manmin Central Church mwaka wa 1982, Mungu amenifunulia katika msukumo wa Roho Mtakatifu mambo mengi juu ya Israeli kwa sababu uhuru wa Israeli ni ishara katika siku za mwisho na katika kutimia kwa unabii katika Biblia.

Lisikieni neno la BWANA, enyi mataifa, litangazeni visiwani mbali; mkaseme, Aliyemtawanya Israeli atamkusanya, na kumlinda, kama mchungaji alindavyo kundi lake (Yeremia 31:10).

Mungu amewachagua watu wa Israeli ili akapate kufunua

upaji wake ambao kwa huo ameumba na amekuwa akimkuza mwanadamu. Kwanza kabisa, Mungu alimfanya Abrahamu, "baba wa imani," na akamthibitisha Yakobo mjukuu wa Abrahamu, kama mwanzilishi wa Israeli, na Mungu amekuwa akitangaza mapenzi yake kwa uzao wa Yakobo na kukamilisha upaji wa ukuzaji wa mwanadamu.

Wakati Israeli ilipoamini neno la Mungu na kuenenda kulingana na mapenzi yake katika utiifu, ilifurahia utukufu na heshima kuu juu ya mataifa yote. Hata hivyo, wakati ilipoenda mbali na Mungu na kukosa kumtii, Israeli iliwekwa katika mateso aina nyingi, yakijumuisha uvamizi wa mataifa ya kigeni, na watu wake kulazimishwa kuishi kama watu wasiokuwa na kwao katika kila pembe za dunia.

Hata wakati Israeli ilipokabiliwa na mambo magumu kwa sababu ya dhambi zao, hata hivyo, Mungu hajawahi kuwaacha au kuwasahau. Siku zote Israeli ilifungwa kwa Mungu kupitia kwa agano lake na Abrahamu na Mungu hakukoma kuwafanyia mambo.

Chini ya utunzaji na uongozi wa kipekee wa Mungu, Israeli kama watu siku zote walihifadhiwa, wakapata uhuru, na kwa mara nyingine wakawa taifa juu ya mataifa yote. Watu wa Israeli walihifadhiwa namna gani na kwa nini Israeli ilirejeshwa upya?

Watu wengi husema, "Kuendelea kuwako kwa taifa la

Israeli ni muujiza." Aina na viwango vya mateso na maonevu waliyovumilia Wayahudi wakati walipokuwa uhamishoni yalipozidi maelezo yoyote na dhana zozote, historia ya Israeli peke yake inathibitisha ukweli wa Biblia.

Lakini, hata kiwango cha juu zaidi cha mateso na maumivu makali kuliko yale waliyokumbana nayo Wayahudi yatafanyika baada ya Kuja Kwa Mara ya Pili kwa Yesu Kristo. Kwa kweli, watu walimkubali Yesu kama Mwokozi wao watainuliwa juu hewani na kushiriki katika Karamu ya Harusi pamoja na Bwana. Wale ambao watakuwa hawajamkubali Yesu kama Mwokozi wao, hata hivyo, hawatainuliwa hewani wakati wa kurudi kwake na watapatwa na Dhiki Kuu kwa miaka saba.

Kwa maana, angalieni, siku ile inakuja, inawaka kama tanuru; na watu wote wenye kiburi, nao wote watendao uovu, watakuwa makapi; na siku ile inayokuja itawateketeza, asema \nd Bwana\ nd* wa majeshi; hata haitawaachia shina wala tawi (Malaki).

Tayari Mungu amenifunulia kwa utondoti majanga ambayo yatakayotokea wakati wa miaka Saba ya Dhiki Kuu. Kwa sababu hiyo, ni tamanio langu la dhati kwa watu wa Israeli, Wateule wa Mungu wamkubali Yesu, bila kukawia zaidi, ambaye alienenda juu ya dunia hii miaka elfu mbili iliyopita, kama Mwokozi wao ili hata mmoja wao asiachwe nyuma kuteseka katika Dhiki Kuu.

Kwa neema ya Mungu, nimeandika na kuzindua kitabu kinachotoa majibu kwa kiu ya Wayahudi ya Masihi ya milenia na kwa maswali ya muda mrefu yanayoulizwa kila mara.

Kila msomi wa kitabu hiki naakumbuke ujumbe kukata tamaa wa upendo wa Mungu na waje bila kukawia zaidi, wakutane na Masihi ambaye Mungu amemtuma kwa wanadamu wote Ninampenda kila mmoja wenu kwa moyo wangu wote.

Novemba 2007
Kule Nyumba ya Maombi ya Gethsemane
Jaerock Lee

Dibaji

Ninatoa shukrani na utukufu wote kwa Mungu kwa kutuongoza na kutubariki kuchapisha Amka, Israeli katika siku za mwisho. Kazi hii imechapishwa kulingana na mapenzi ya Mungu ambaye anatafuta kuiamsha na kuiokoa Israeli, na kinasimamiwa na upendo wa Mungu usiopimika ambaye hataki kupoteza roho hata moja.

Sura ya 1, "Israeli: Mteule wa Mungu," inapitia sababu za uumbaji wa Mungu na ukuzaji wa wanadamu wote duniani na kwa upaji wake ambao kwa huo aliwachagua na kuwasimamia watu wa Israeli kama wateule wake katika historia ya wanadamu. Sura hii pia inajuza mababu wa Israeli, na pia Bwana wetu, aliyekuja hapa ulimwenguni kulingana ya unabii uliotabiri kuja kwa Mwokozi wa watu wote kutoka kwa nyumba ya Daudi.

Kwa kuchunguza unabii wa Kibiblia juu ya Masihi, Sura ya 2, "Masihi Aliyetumwa na Mungu," inamshuhudia Yesu kuwa ndiye

Masihi ambaye Israeli bado inamngojea kwa hamu, na jinsi, kulingana na sheria juu ya kukombolewa kwa nchi, anatosheleza sifa zote kama Mwokozi wa wanadamu. Zaidi ya hayo, Sura ya pili inachunguza jinsi unabii wa Agano la Kale i juu ya Masihi umetimizwa na Yesu na uhusiano kati ya historia ya Israeli na kifo cha Yesu.

Sura ya tatu, "Mungu Anayeaminiwa na Israeli," inawaangalia kwa karibu watu wa Israeli wanaotii sheria na desturi kikamilifu, na kuwaeleza yale yampendezayo Mungu. Zaidi ya hayo, inawakumbusha kwamba wameenda mbali na mapenzi ya Mungu kwa sababu ya desturi za wazee walizotoa. Sura hii inawahimiza watafakari mapenzi ya kweli ya Mungu yaliyomfanya awape sheria, na kutimiza sheria kwa upendo.

Yaliyoangaliwa katika Sura ya mwisho "Tazama na Usikilize!" ni wakati wetu, ambao Biblia imeutabiria kama "wakati wa mwisho," na pia kutokea kwa mpingakristo ambaye yuko karibu sana na mapitio ya Dhiki Kuu ya miaka Saba. Licha ya hayo, katika kushuhudia siri mbili za Mungu, ambazo zimetayarishwa katika upendo wake usioisha kwa ajili ya mteule wake ili watu wa Israeli waufikie wokovu katika nyakati za mwisho za ukuzaji wa mwanadamu. Sura ya mwisho inawahimiza watu wa Israeli wasiache nafasi ya mwisho ya wokovu.

Mtu wa kwanza Adamu alipofanya dhambi ya kutotii na akafukuzwa kutoka katika Bustani ya Edeni, Mungu alimfanya aishi katika nchi ya Israeli. Tangu wakati huo, katika historia ya ukuzaji wa mwanadamu, Mungu amengojea kwa milenia na bado anagojea mpaka leo akitumaini kupata wana wa kweli.

Hakuna muda tena wa kukawia au kupoteza. Kila mmoja wenu naatambue kwamba wakai wetu kwa kweli ni nyakati za mwisho na ajitayarishe kumpokea Bwana wetu ambaye atarudi kama Mfalme wa wafalme na Bwana wa mabwana, ninaomba kwa ari katika jina lake

Novemba 2007
Geum-sun Vin,
Editor-in-Chief

YALIYOMO

Utangulizi
Dibaji

Sura ya 1
Israeli: Mteule wa Mungu

    Mwanzo wa Ukuzaji wa Mwanadamu _ 3
    Mababu _ 17
    Watu Wanaongea Habari za Bwana _ 35

Sura ya 2
Masihi Aliyetumwa na Mungu

    Mungu Anaahidi Kumtuma Masihi _ 55
    Sifa za Masihi _ 61
    Yesu Anatimiza Unabii _ 76
    Kifo cha Yesu na Unabii unaohusu Israeli _ 84

Sura ya 3
Mungu Anayeaminiwa na Isreali

Sheria na Itikadi _ 93
Lengo la Kweli la Mungu Lililomfanya Atoe Sheria _ 103

Sura ya 4
Kesha na Usikize!

Karibu na Nyakati za Mwisho wa Ulimwengu _ 123
Vidole gumba Kumi _ 140
Upendo wa Mungu Usio na Mwisho _ 152

"Nyota ya Daudi," alama ya jumuia ya Kiyahudi, katika bendera ya Israeli

Sura ya 1
"Israeli: Mteule wa Mungu

Mwanzo wa Ukuzaji wa Mwanadamu

Musa, kiongozi mkuu wa Israeli, aliyewakomboa watu wake kutoka katika utumwa kule Misri na akawaongoza kuingia katika Kanaani Nchi ya Ahadi, na akatumika kama wakala wa Mungu, alianza neno lake katika Kitabu cha Mwanzo kama ifuatavyo:

Hapo mwanzo Mungu aliziumba mbingu na nchi (1:1).

Mungu aliziumba mbingu na nchi na vyote vilivyomo katika siku sita, na akapumzika siku ya saba, akaibariki na kuitakasa. Kwa nini basi, Mungu Muumba aliumba ulimwengu na vyote vilivyomo? Kwa nini alimuumba mwanadamu na kuruhusu watu wengi wasiohesabika kuishi duniani tangu Adamu?

Mungu Aliwatafuta Wale Ambao Wangependana naye Milele

Kabla kuumbwa kwa mbingu na nchi, Mungu mwenyezi alikuwa katika ulimwengu usiokuwa na mipaka kama nuru ambayo ndani yake mlikuwa na sauti. Baada ya muda mrefu wa upweke, Mungu alitaka kuwa na wale ambao Wangependana naye Milele.

Mungu hakuwa tu na uasili wa kiungu uliomfasili kama Muumba, bali pia alikuwa na asilia ya uanadamu ambayo kwa hilo alihisi furaha, hasira, huzuni na kupendezwa. Kwa hivyo alitaka kupenda na kupendwa na wengine. Katika Biblia kuna mafungu mengi yaonyeshayo kwamba Mungu ana asilia ya mwanadamu. Alifurahia na kupendezwa na matendo ya haki ya Waisraeli (Kumbukumbu la Torati 10:15; Mithali 16:7), na akawahuzunikia na kuwakasirikia wakati walipotenda dhambi (Kutoka 32:10; Hesabu 11:1, 32:13).

Kuna wakati ambapo kila mtu angetaka kuwa kivyake, lakini mtu atakuwa na furaha na kupendezwa zaidi akiwa na rafiki ambaye wanaweza kumwonyesha moyo wake. Mungu alipopata asilia ya mwanadamu, alitamani kuwa na wale ambao angewapenda, ambao angewaelewa mioyo yao, na wao pia wafanye vivyo hivyo.

'Si ingependeza na kugusa sana kuwa na watoto wanaoweza kuelewa moyo wangu na ambao ningewapenda na wao wakanipenda katika eneo hili pana na kubwa?'

Kwa hivyo, wakati ule wa kuchagua kwake, Mungu aliunda mpango wa kupata watoto wa kweli ambao wangefanana naye. Ili kufikia lengo hilo, Mungu aliumba ulimwengu wa kiroho na pia eneo la kimwili ambamo mwanadamu angeishi.

Wengine wanaweza kufikiri, 'Kuna viumbe wengi wa mbinguni na malaika huko mbinguni ambao hawana la kufanya ila kutii tu. Kwa nini Mungu alitaabika kumuumba mwanadamu?' Hata hivyo, isipokuwa kwa malaika wachache, wengi wa viumbe wa mbinguni hawana asilia ya wanadamu ambayo ndicho kipengele muhimu sana kinachotakiwa katika kupenda na kupendwa: hiari ambayo kwa hiyo wao hujichagulia wenyewe. Viumbe wa mbinguni kama hao ni kama roboti; hutii kama wanavyoamriwa bila kuhisi furaha, hasira, huzuni, au kupendezewa, hawawezi kupenda na kupendwa kutoka vilindi vya mioyo yao.

Tuseme kuna watoto wawili na mmoja wao awe hawezi

kuonyesha mihemko yake, maoni, au upendo, yeye ni mtiifu na kile anachoambiwa hukifanya vizuri. Mtoto mwingine, hata ingawa huwaudhi wazazi wake mara kwa mara katika hiari yake, ni mwepesi wa kutubu makosa yake, hushikamana na wazazi wake katika upendo, na huonyesha moyo wake katika njia mbalimbali.

Kati ya hao wawili ungependelea nani? Unaelekea sana kumchagua huyo wa pili. Hata kama una roboti inayokufanyia kazi zote, hakuna hata mmoja wenu ambaye anaweza kupenda hiyo roboti kuliko watoto wake mwenyewe. Vivyo hivyo, Mungu alimpenda mwanadamu ambaye angemtii kwa furaha kwa urazini wake na mihemko yake, kuliko viumbe wa mbinguni na malaika ambao ni kama roboti.

Upaji wa Mungu wa Kupata Watoto wa Kweli

Baada ya kumuumba mtu wa kwanza Adamu, Mungu aliendelea kuumba Bustani ya Edeni na kumruhusu aitawale. Kila kitu kilikuwa kwa wingi katika Bustani ya Edeni na Adamu alitawala juu ya vitu vyote kwa hiari na mamlaka ambayo Mungu alimpa. Hata hivyo, kuna jambo moja ambalo Mungu alimkataza.

Matunda ya kila mti wa bustani waweza kula, walakini matunda ya mti wa ujuzi wa mema na mabaya usile, kwa maana siku utakapokula matunda ya mti huo utakufa hakika (Mwanzo 2:16-17).

Huu ulikuwa mfumo aliounda Mungu kati ya Mungu Muumba na muumbwa mwanadamu, na alimtaka Adamu amtii katika hiari yake na kutoka kilindi cha moyo wake. Hata hivyo, baada ya muda mrefu kupita, Adamu alishindwa kuweka neno la Mungu akilini mwake na akafanya dhambi ya kutotii kwa kula matunda ya mti wa ujuzi wa mema na mabaya.

Mwanzo 3 ni mandhari ambamo nyoka, aliyechochewa na Shetani, alimwuliza Hawa, "Ati! Hivi ndivyo alivyosema Mungu, Msile matunda ya miti yote ya bustani?" (v.1) Hawa akajibu, "lakini matunda ya [mti ulio katikati ya bustani] Mungu amesema, Msiyale wala msiyaguse, msije mkafa" (v.3).

Mungu alimwambia Hawa waziwazi, "Siku utakapokula matunda ya mti huo utakufa hakika," lakini yeye akageuza amri ya Mungu na kusema, "Msije mkafa."

Alipotambua kwamba Hawa akutia amri ya Mungu moyoni mwake, nyoka akawa mjasiri zaidi na majaribu yake. Akamwambia Hawa, "Hakika hamtakufa!" Na akaongeza, "Kwa maana Mungu anajua ya kwamba siku mtakayokula matunda ya mti huo, mtafumbuliwa macho, nanyi mtakuwa kama Mungu, mkijua mema na mabaya" (v.5).

Shetani alipopuliza tamaa ndani ya akili ya mwanamke, mti wa ujuzi wa mema na mabaya ulianza kuonekana tofauti machoni mwake. Mti ukaonekana kwamba wafaa kwa chakula, wapendeza macho, na ni mti unaotamanika kwa kufanya awe na hekima. Hawa akatwaa matunda yake akala na akampa mumewe naye akala.

Hivi ndivyo Adamu na Hawa walivyofanya dhambi ya kutotii neno la Mungu na kwa kweli wakaishia kukabiliwa na kifo (Mwanzo 2:17).

Hapa, "kifo" si kile kifo cha mwili ambapo mwanadamu anaacha kupumua bali ni kifo cha kiroho. Baada ya kula matunda ya mti wa ujuzi wa mema na mabaya, Adamu alizaa watoto na akafa katika umri wa miaka 930 (Mwanzo 5:2-5). Kutoka kwa hili peke yake tunajua kwamba "kifo" hapa si kifo cha kimwili.

Asili yake mwanadamu aliumbwa kama mchanganyiko wa roho, nafsi, na mwili. Alikuwa na roho ambayo kwa hiyo angewasiliana na Mungu; nafsi iliyokuwa chini ya udhibiti wa roho; na mwili uliotumika kama ngao ya roho na nafsi. Kwa sababu ya kuacha amri ya Mungu na kufanya dhambi, Roho ilikufa na mawasiliano yake na Mungu yakakatwa, na hiki ndicho "kifo" ambacho Mungu alizungumzia katika Mwanzo 2:17.

Baada ya kutenda dhambi, Adamu na Hawa walifukuzwa kutoka Bustani nzuri ya Edeni iliyokuwa imejaa vitu. Jambo hili lilikuwa mwanzo wa mateso kwa wanadamu wote. Uchungu wa kuzaa ulizidishwa sana kwa mwanamke ambaye sasa tamaa yake ilikuwa kwa mumewe na atawaliwe na yeye, huku mwanamume alikuwa atakula kutoka kwa ardhi iliyolaaniwa katika uchungu siku zote za maisha yake (Mwanzo 3:16-17).

Juu ya hili Mwanzo 3:23 inatwambia, "Kwa hiyo Bwana Mungu akamtoa katika bustani ya Edeni, ailime ardhi ambayo katika hiyo alitwaliwa." Hapa, "ailime ardhi" haiashirii tu uchungu wa mwanamume peke yake wa kula kutoka kwa ardhi lakini pia ukweli kwamba yeye - aliyeumbwa kwa udongo kutoka ardhini - pia alikuwa "aukuze moyo wake" wakati akiishi hapa duniani.

Ukuzaji wa Mwanadamu Unaanza na Kutenda Dhambi kwa Adamu

Adamu aliumbwa kama kiumbe kilicho hai na alikuwa hana uovu moyoni mwake, kwa hivyo hakuwa na haja ya kuukuza moyo wake. Hata hivyo baada ya yeye kutenda dhambi, moyo wa Adamu ulipakwa mambo yasiyokuwa kweli na kisha akahitaji kuukuza moyo wake uwe moyo msafi kama ulivyokuwa kabla yeye kutenda dhambi.

Kwa hivyo, Adamu alilazimika kuukuza moyo wake ambao ulikuwa umechafuliwa na mambo yasiyokuwa kweli na dhambi na uwe moyo msafi, na ajitokeze kama mtoto wa kweli wa Mungu baada ya kutenda dhambi. Biblia inaposema, "Mungu akamtoa katika bustani ya Edeni, ailime ardhi ambayo katika hiyo alitwaliwa," maanake ni hii, na inatajwa kama "Ukuzaji anaofanya Mungu juu ya mwanadamu."

Kawaida, "ukuzaji" ni utaratibu ambamo mkulima hupanda mbegu, akatunza mimea yake, na kuvuna mavuno yake. Ili aweze "kukuza" mwanadamu duniani na upate mavuno mazuri ambayo maanake ni "watoto wa kweli wa Mungu," Mungu alipanda mbegu za kwanza, Adamu na Hawa. Kupitia kwa Adamu na Hawa waliomwasi Mungu, watoto wasiohesabika wamezaliwa, na kupitia kwa ukuzaji anaofanya Mungu kwa mwanadamu, watoto wasiohesabika wamezaliwa mara ya pili kama watoto wa Mungu kwa kukuza mioyo yao na kurejesha mfanano wa Mungu uliopotea.

Kwa hivyo, "Ukuzaji anaofanya Mungu kwa mwanadamu" ni utaratibu wote ambamo Mungu huchukua hatamu na kusimamia historia ya mwanadamu, kuanzia uumbaji wao hadi hukumu, ili aweze kupata watoto wake wa kweli.

Kama vile mkulima hushinda mafuriko, kiangazi, jalidi, mvua ya mawe, na wadudu waharibifu baada ya kupanda mbegu kwanza lakini mwishowe huvuna mavuno mazuri ya kufurahisha, Mungu amekuwa akidhibiti kila kitu ili apate watoto wa kweli wanaotoka baada ya kupitia kifo, magonjwa, kuachana, na aina nyingine ya mateso katika maisha yao hapa ulimweguni.

Sababu Iliyomfanya Mungu Auweke Mti wa Ujuzi wa Mema na Mabaya katika Bustani ya Edeni?

Watu wengine huuliza, "Kwa nini Mungu aliuweka mti wa ujuzi wa mema na mabaya ambao kwa huo mwanadamu alitenda dhambi na akaelekezwa katika uharibifu?" Hata hivyo, sababu iliyomfanya Mungu auweke mti wa ujuzi wa mema na mabaya ni kwa sababu ya upaji wa Mungu wa ajabu ambao kwa huo angewaongoza wanadamu wajue juu ya uwiano kati ya vipimo vya mwendo, nafasi na wakati."

Watu wengi huchukulia kwamba Adamu na Hawa walikuwa wanaishi raha mstarehe tu katika Bustani ya Edeni kwa sababu hakukuwa na machozi, huzuni, au mateso mle Bustanini. Lakini Adamu na Hawa hawakujua furaha na upendo wa kweli kwa sababu hawakufahamu uwiano wa vipimo vya mwendo, nafasi na wakati.

Kwa mfano, watoto wawili wanawezaje kutoa mjibizo wakati wanapopokea aina moja ya mwanasesere, kama mtoto mmoja amezaliwa na kuleewa katika jamaa tajiri na huyo mwingine katika jamaa maskini? Yule wa jamaa maskini atakuwa na shukrani na furaha zaidi kutoka katika kilindi cha moyo wake kuliko yule mtoto mwenye usuli wa kitajiri.

Unapoelewa thamani ya kweli ya kitu, ni lazima ujue na uone

kinyume kamilifu cha kitu hicho. Ni wakati tu unapokuwa umeugua magonjwa, ndipo unapoweza kufurahia thamani ya kweli ya afya njema. Ni wakati tu unapofahamu kifo na jehanamu ni nini, ndipo utakapoweza kufurahia thamani ya uzima wa milele na kumshukuru Mungu wa upendo kutoka moyoni mwako kwa kukupa mbinguni ya milele.

Katika Bustani ya Edeni iliyokuwa na vitu vingi, mtu wa kwanza Adamu alifurahia kila kitu alichokuwa amepewa na Mungu, pamoja na mamlaka ya kutawala viumbe wengine wote. Hata hivyo, kwa kuwa hawakuwa mazao ya uchungu na jasho lake, Adamu hakuweza kufahamu umuhimu wao kikamilifu au kumshukuru Mungu kwa hayo Ni baada tu ya Adamu kutolewa katika ulimwengu huu na kujua machozi, huzuni magonjwa, mateso, majanga, na kifo ndipo alipotambua tofauti iliyopo kati ya furaha na huzuni na jinsi uhuru na ustawi aliompa Mungu katika Bustani ya Edeni ulivyo na thamani.

Uzima wa milele ungetupatia faida gani kama hatungejua furaha wala huzuni? Hata ingawa tunakumbana na magumu kwa muda mfupi, kama baadaye tunaweza kutambua na kusema, "Hii ni furaha!" maisha yetu yatakuwa ya thamani na baraka zaidi.

Je, hakuna wazazi wowote ambao hawatawapeleka watoto wao shule lakini wawaache wabaki nyumbani kwa sababu tu wanajua kusoma ni kugumu? Kama wazazi hao wanawapenda watoto wao kweli, watawapeleka watoto wao shule na wawaongoze kusoma mambo magumu kwa bidii na wakutane na mambo mengi tofauti ili waweze kujenga siku bora za usoni.

Moyo wa Mungu, aliyeumba wanadamu na amekuwa akiwakuza, uko vivyo hivyo. Kwa sababu hiyo hiyo, Mungu aliuweka mti wa ujuzi wa mema na mabaya, na hakumzuia

Adamu asile matunda ya ule mti kwa hiari yake mwenyewe, na akamwacha awe na furaha, hasira, huzuni, na kupendezwa wakati ukuzaji wa mwanadamu unapokuwa ukiendelea. Hii ni kwa sababu mwanadamu anaweza kupenda na kumwabudu Mungu, ambaye mwenyewe ni upendo na kweli, kutoka kilindi cha moyo wake baada tu ya kuelewa uwiano na kuelewa upendo wa kweli, furaha, na shukrani.

Kupitia kwa utaratibu wa ukuzaji wa wanadamu, Mungu alitaka apate watoto wa kweli wanaoujua moyo wake na kufanana nao, na kukaa nao kule mbinguni na kushiriki upendo wa kweli na wa milele pamoja nao milele.

Ukuzaji wa Wanadamu Unaanza Israeli

Mtu wa kwanza Adamu alipotolewa Bustani ya Edeni baada ya kukosa kutii neno la Mungu, hakupewa haki ya kuchagua nchi ambayo angefanya makazi yake lakini badala yake Mungu alimpangia eneo kwa ajili yake. Eneo hilo lilikuwa Israeli.

Katika mpango huu mlikuwa na mapenzi ya Mungu na upaji wake. Baada ya kuunda mpango mkuu wa ukuzaji wa wanadamu, Mungu aliwachagua watu wa Israeli kama mfano wa ukuzaji wa wanadamu. Kwa sababu hiyo, Mungu alimruhusu Adamu hasa aishi maisha mapya katika nchi ambamo taifa la Israeli lingejengwa.

Baada ya muda, mataifa mengi yasiyohesabika yatoka katika uzao wa Adamu na taifa la Israeli likajengwa wakati wa Yakobo, mtu wa uzao wa Abrahamu. Mungu alitaka kufunua utukufu wake na upaji wake wa kuwakuza wanadamu kupitia kwa historia ya Israeli. Haukupangiwa Waisraeli peke yao lakini pia kwa watu ulimwengu mzima. Kwa hivyo, historia ya Israeli ambayo Mungu mwenyewe ameisimamia sio historia tu ya watu bali ujumbe wa kiungu kwa wanadamu wote.

Kwa nini basi Mungu akachagua Israeli kama mfano wa ukuzaji wa wanadamu Hiyo ilikuwa kwa sababu ya hulka yao ya juu, yaani, ut'u wao wa ndani ulikuwa bora zaidi.
Israeli ni uzao wa 'baba wa imani' Abrahamu ambaye Mungu alipendezwa naye, na pia ni uzao wa Yakobo ambaye alikuwa mng'ang'anifu sana hata akashindana na Mungu na akashinda. Hii ndiyo sababu, hata baada ya kupoteza nchi yao na kuishi maisha ya wasio na kwao kwa karne nyingi, watu wa Israeli hawakupoteza utambulisho wao.

Juu ya yote, watu wa Israeli wamehifadhi kwa maelfu ya miaka, neno la Mungu ambalo limetabiriwa kupitia watu wa Mungu na wameishi kwa hilo. Kwa kweli, kumekuwa na nyakati ambapo taifa zima liliacha neno la Mungu na kumtenda dhambi Mungu lakini hatimaye watu wake walitubu na kumrudia Mungu. Hawajawahi kupoteza imani yao kwa BWANA Mungu wao.

Kurejeshwa upya kwa Israeli huru katika karne ya 20 kunaonyesha wazi aina ya moyo ulio na watu wake kama uzao wa Yakobo.

Ezekieli 38:8 inatwambia, "Na baada ya siku nyingi utajiliwa; katika miaka ya mwisho, utaingia nchi iliyorudishiwa hali yake ya kwanza, baada ya kupigwa kwa upanga, iliyokusanywa toka kabila nyingi za watu, juu ya milima ya Israeli, iliyokuwa ukiwa wa daima; lakini imetolewa katika kabila za watu, nao watakaa salama salimini wote pia." Hapa, "miaka ya mwisho" inataja wakati wa mwisho wakati ukuzaji wa mwanadamu utafikia mwisho wake na "milima ya Israeli" inaashiria mji wa Yerusalemu, ulio karibu 760 m (futi 2,494) juu ya usawa wa bahari. Kwa hivyo, wakati Nabii Ezekieli anaposema kwamba "wakazi wengi [wata]kuwa wamekusanywa toka kabila nyingi za watu, juu ya milima ya Israeli," ilimaanisha kwamba Waisraeli wangekusanyika kutoka kote ulimwenguni na kurejesha upya nchi ya Israeli. Kulingana na hili neno la Mungu, Israeli, ambayo ilikuwa imeharibiwa na Warumi mwaka wa 70 B.K., ilijitangaza kuwa nchi tarehe 14 Mei, 1948. Nchi hiyo haikuwa chochote ila "nchi iliyoendelea kuharibika", lakini leo, Waisraeli wamejenga taifa lenye nguvu ambalo hakuna watu wanaoweza kulidharau au kulipinga kirahisi.

Lengo la Mungu la Kuwachagua Waisraeli

Kwa nini Mungu alianza ukuzaji wa wanadamu katika nchi ya Israeli? Kwa nini Mungu aliwachagua watu wa Israeli, na kusimamia historia ya Israeli?

Kwanza, Mungu alipenda kutangazia mataifa yote kupitia historia ya Israeli kwamba yeye ndiye Muumba wa mbingu na nchi, kwamba yeye peke yake ndiye Mungu wa kweli, na ya kwamba yeye yu hai. Kwa kusoma historia ya Israeli, hata watu wa mataifa wanaweza kuhisi kirahisi uwepo wa Mungu na kuelewa upaji wake wa kusimamia historia ya wanadamu.

Na mataifa yote ya duniani watakuona umeitwa kwa jina la BWANA, nao watakuwa na HOFU kwako (Kumbukumbu la Torati 28:10).

U heri, Israeli. Ni nani aliye kama wewe, taifa lililookolewa na BWANA Ndiye ngao ya msaada wako, Na upanga wa utukufu wako! Na adui zako watajitiisha chini yako, Nawe utapakanyaga mahali pao pa juu (Kumbukumbu la Torati 33:29).

Mteule wa Mungu, Israeli amefurahia upendeleo mkubwa, na tunaweza kuuona kirahisi katika historia ya Israeli. Kwa mfano, wakati Rahabu alipowapokea wanaume wawili waliokuwa wametumwa na Yoshua kuipeleleza nchi ya Kanaani, aliwaambia, "Maana tumesikia jinsi BWANA alivyoyakausha maji ya bahari ya Shamu mbele yenu, hapo mlipotoka Misri, tena mambo hayo mliyowatendea wafalme wawili wa Waamori waliokuwa huko ng'ambo ya Yordani, yaani, Sihoni na Ogu, mliowaangamiza kabisa. Na mara tuliposikia hayo mioyo yetu iliyeyuka, wala haukusalia ujasiri wowote katika mtu awaye yote, kwa sababu yenu; kwa kuwa BWANA, Mungu wenu, yeye ndiye Mungu, katika mbingu juu na katika nchi chini" (Yoshua 2:9-11).

Wakati Waisraeli walipokuwa mateka kule Babeli, Danieli alimpendeza Mungu na Nebukadneza Mfalme wa Babeli alimwona Mungu aliyependezwa na Danieli. Baada ya mfalme kumwona Mungu, aliweza tu "kumhimidi Mfalme wa mbinguni, namtukuza na kumheshimu; maana matendo yake yote ni kweli, na njia zake ni za adili; na wale waendao kwa kutakabari, yeye aweza kuwadhili" (Danieli 4:37).

Jambo hilo hilo lilitendeka wakati Israeli ilipokuwa chini ya utawala wa Uajemi. Walipomwona Mungu aliye hai akifanya kazi na kujibu maombi ya Malkia Esta, "Hata wengi wa watu wa nchi wakajifanya Wayahudi, kwa kuwa hofu ya Wayahudi imewaangukia" (Esta 8:17).

Kwa hivyo, hata wakati watu wa mataifa walipomwona Mungu aliye hai aliyewashughulikia Waisraeli, walimwogopa na kumwabudu Mungu. Na hata sisi vizazi vya baadaye tunajua ukuu wa Mungu na kumwabudu kutoka kwa matukio kama hayo na visa kama hivyo.

Pili, Mungu aliichagua Israeli na kuwaongoza watu wake kwa sababu alitaka wanadamu wote watambue kupitia kwa historia ya Israeli sababu ya kuumba wanadamu na amekuwa akiwakuza. Mungu anawakuza wanadamu kwa sababu anataka kupata watoto wa kweli. Mtoto wa kweli wa Mungu ni yule aliyefanana na Mungu ambaye ni asili yake ni wema na upendo, na ambaye ni mwenye haki na mtakatifu. Ni kwa sababu watoto wa Mungu kama hao wanampenda na kuishi katika mapenzi yake.

Wakati Israeli ilipoishi katika amri za Mungu na kumtumikia yeye, aliwaweka Waisraeli juu ya watu wote na mataifa yote. Kinyume na hivyo, wakati waisraeli walipoitumikia miungu ya sanamu na wakaacha amri za Mungu upesi, walipata kila aina ya mateso na majanga kama vita na mabaa ya asilia au hata kuchukuliwa mateka.

Katika kila hatua ya utaratibu, Waisraeli walijifunza kujinyenyekeza mbele za Mungu, na kila wakati walipojinyenyekeza, Mungu aliwarejesha na rehema na upendo wake usiokuwa na mwisho na kuwaleta katika mikono yake ya neema.

Wakati Mfalme Sulemani alipompenda Mungu na kushika amri zake, alifurahia utukufu na fahari kuu, lakini wakati mfalme alipomwacha Mungu na kutumikia miungu ya sanamu, utukufu na fahari aliyofurahia ilififia. Wakati wafalme wa Israeli kama Daudi, Yehoshafati, na Hezekia walipoenenda katika sheria za Mungu, nchi ilikuwa na nguvu na ikaendelea, lakini wakati wa utawala wa wafalme walioacha njia za Mungu, nchi ilikuwa dhaifu na ikavamiwa na wageni.

Historia ya Israeli inadhihirisha mapenzi ya Mungu namna hii waziwazi na ni kama kioo kinachoakisi mapenzi ya Mungu kwa watu wote na mataifa yote. Mapenzi yake yanatangaza kwamba wakati watu walioumbwa kwa mfano na mfanano wa Mungu wanaposhika amri zake na kutakaswa kulingana na neno lake watapokea baraka za Mungu na kuishi katika upendeleo wake.

Israeli ilichaguliwa kudhihirisha upaji wa Mungu kati ya mataifa yote na watu, na imepokea baraka kuu kwa kumtumikia kama taifa la makuhani wakisimamia neno la Mungu. Hata wakati watu wake walipofanya dhambi, Mungu aliwasamehe dhambi zao na kuwarejesha bora tu watubu kwa moyo mnyenyekevu, kama tu alivyowaahidi mababu zao.

Juu ya yote, baraka kuu zaidi ambazo Mungu aliahidi na kuwawekea wateule wake ilikuwa ahadi ya ajabu ya utukufu kwamba Masihi angekuja katikati yao.

Mababu

Katika historia yote ndefu ya wanadamu, Mungu ameilinda Israeli katika mabawa yake na akatuma watu wa Mungu katika wakati wake aliopanga ili jina la Israeli lisiangamie. Watu wa Mungu ndio waliojitokeza kama mazao halisi kulingana na upaji wa Mungu wa ukuzaji wa wanadamu na wakashikilia neno la Mungu na kumpenda Mungu. Mungu aliweka msingi wa taifa la Israeli kupitia kwa mababu wa Israeli.

Abrahamu, Baba wa Imani

Abrahamu alitambuliwa kama baba wa imani kwa imani yake na utiifu wake, na alikuwa atazaa taifa kubwa. Alizaliwa kama miaka elfu nne iliyopita kule Uri ya Wakaldayo, na baada ya kuitwa na Mungu alipata upendo wa Mungu na kutambuliwa naye hata kufikia mahali pa kuitwa "rafiki" wa Mungu.

Mungu alimwita Abrahamu na kumpa ahadi ifuatayo:

Bwana\nd* akamwambia Abramu, Toka wewe katika nchi yako, na jamaa zako, na nyumba ya baba yako, uende mpaka nchi nitakayokuonyesha; nami nitakufanya wewe kuwa taifa kubwa, na kukubariki, na kulikuza jina lako; nawe uwe baraka (Mwanzo 12:1-2).

Wakati huo, Abrahamu hakuwa kijana tena, alikuwa hana mrithi, na alikuwa hajui anakoenda; kwa hivyo, halikuwa jambo rahisi sana la kutii. Hata ingawa hakujua anaelekea wapi,

Abrahamu alienda kwa sababu aliamini neno la Mungu peke yake na kwa moyo mmoja, Mungu ambaye havunji ahadi zake kamwe. Kwa hivyo, Abrahamu akaenda kwa imani katika kila kitu alichofanya, na katika maisha yake alipokea baraka zote alizoahidiwa na Mungu.

Abrahamu hakumwonyesha Mungu utiifu kamili na matendo ya imani peke yake, lakini siku zote alitafuta wema na amani na watu waliokuwa karibu naye.

Kwa mfano, Abrahamu alipotoka Harani kulingana na amri ya Mungu, alienda pamoja na mpwa wake Lutu. Wakati mali zao zilipokuwa nyingi mno, Abrahamu na Lutu hawakuweza tena kuishi katika nchi moja. Malisho na maji yasiyotosha yalileta "ugomvi kati ya wachunga wanyama wa Abramu, na wachunga wanyama wa Lutu" (Mwanzo 13:7). Hata ingawa Abrahamu alikuwa mzee zaidi kuliko Lutu, hakutafuta wala kusisitiza manufaa yake mwenyewe. Alikubali chaguo la Lutu la kuchagua nchi bora zaidi. Katika Mwanzo 13:9 alimwambia Lutu, "Je! Nchi hii yote haiko mbele yako? Basi ujitenge nami, nakusihi; ukienda upande wa kushoto, nitakwenda upande wa kuume; ukienda upande wa kuume, nitakwenda upande wa kushoto."

Kwa kuwa Abrahamu alikuwa mtu mwenye moyo safi hakutwaa uzi wala gidamu ya kiatu wala chochote cha mtu mwingine (Mwanzo 14:23). Wakati Mungu alipomwambia kwamba miji ya Sodoma na Gomora iliyokuwa imejaa dhambi itaangamizwa, Abrahamu, mtu wa upendo wa kiroho, alimsihi Mungu na akapokea neno lake kwamba hangeiharibu Sodoma kama kungepatikana watu kumi wenye haki katika huo mji.

Wema na imani ya Abrahamu vilikuwa kamilifu hadi kufikia kiwango cha kuitii amri ya Mungu ambayo sasa ilitaka uhai wa mwanawe wa mmoja na wa pekee kama sadaka ya kuteketeza.

Katika Mwanzo 22:2, Mungu anamwamuru Abrahamu, "Umchukue mwanao, mwana wako wa pekee, umpendaye, Isaka, ukaende zako mpaka nchi ya Moria, ukamtoe sadaka ya kuteketezwa huko juu ya mlima mmojawapo nitakaokuambia."

Isaka alikuwa mwana wa Abrahamu aliyezaliwa wakati Abrahamu alipokuwa na umri wa miaka mia moja. Kabla Isaka kuzaliwa, Mungu alikuwa amemwambia Abrahamu tayari kwamba mrithi wake atakuwa mwanawe atakayetoka mwilini mwake mwenyewe na ya kwamba uzao wake ungekuwa mwingi kama nyota. Kama Abrahamu angefuata mawazo ya kimwili, hangeweza kufuata amri ya Mungu na kumtoa Isaka. Lakini, Abrahamu alitii mara moja bila kuuliza sababu zozote.

Wakati tu Abrahamu aliponyosha mkono wake amchinje Isaka, baada ya kujenga madhabahu, malaika wa Mungu alimwita na kumwambia, "Abrahamu, Abrahamu! Usimnyoshee kijana mkono wako, wala usimtendee neno; kwa maana sasa ninajua ya kuwa unamcha Mungu, iwapo hukunizuilia mwanao, mwanao wa pekee" (Mwanzo 22:11-12). Mandhari haya yamebarikiwa na yanagusa sana.

Kwa kuwa hakutegemea mawazo yake ya kimwili, hakukuwa na migongano au wasiwasi katika moyo wa Abrahamu na angetii tu amri ya Mungu peke yake kwa imani. Aliweka tegemeo lake lote kwa Mungu mwaminifu ambaye kwa kweli hutimiza kila alichoahidi, Mungu mwenyezi afufuaye wafu, na Mungu wa upendo anayetaka kuwapa watoto wake vitu vizuri peke yake. Kwa kuwa moyo wa Abrahamu ulikuwa wa utiifu peke yake na ulionyesha tendo la imani, Mungu alimkubali Abrahamu kama baba wa imani.

Kwa kuwa umetenda neno hili, wala hukunizuilia mwanao, mwanao wa pekee, katika kubariki nitakubariki, na katika kuzidisha nitauzidisha uzao wako kama nyota za mbinguni, na kama mchanga ulioko pwani; na uzao wako utamiliki mlango wa adui zao. Katika uzao wako mataifa yote ya dunia watajibarikia; kwa sababu umetii sauti yangu (Mwanzo 22:16-18).

Kwa kuwa Abrahamu alikuwa na aina na ukuu wa wema na imani ya kumpendeza Mungu, aliitwa "rafiki" wa Mungu na kuchukuliwa kama baba wa imani. Pia, alikuwa baba wa mataifa yote na chanzo cha baraka zote kama tu alivyomwahidi Mungu wakati alipomwita mara ya kwanza, "Nami nitawabariki wakubarikio, naye akulaaniye nitamlaani; na katika wewe jamaa zote za dunia watabarikiwa" (Mwanzo 12:3).

Upaji wa Mungu kupitia kwa Yakobo, Baba wa Israeli, na Yusufu Muotaji wa Ndoto

Isaka alizaliwa kwa Abrahamu, baba wa imani na wana wawili, Esau na Yakobo wakazaliwa kwa Isaka. Mungu akamchagua Yakobo, ambaye moyo wake ulikuwa mkuu kuliko ule wa ndugu yake, alipokuwa katika tumbo la mamaye bado. Baadaye, Yakobo aliitwa "Israeli" na akawa chanzo cha taifa la Israeli na baba wa zile Kabila Kumi na Mbili.

Hata kufikia kiasi cha kununua haki ya kuzaliwa ya ndugu yake mkubwa Esau kwa chakula cha dengu na kunyakua baraka za ndugu yake Esau kwa kumdanganya babake Isaka, Yakobo alikuwa na ari ya kutamani baraka za Mungu na mambo ya kiroho Yakobo alikuwa na hulka za udanganyifu ndani yake mwenyewe lakini Mungu alijua kwamba mara tu Yakobo atakapogeuzwa, angekuwa chombo kikuu. Kwa sababu hiyo, Mungu akamruhusu Yakobo apitie miaka ishirini ya majaribu ili nafsi yake iweze kuvunjika kabisa na awe mnyenyekevu.

Wakati Yakobo aliponyakua haki ya kuzaliwa ya ndugu mkubwa Esau kwa njia ya ujanja, Esau alijaribu kumwua na ilimbidi Yakobo amkimbie. Baada ya hayo yote, Yakobo alienda kuishi kwa mjomba wake na akachunga kondoo na mbuzi. Alilazimika kutaabika katika kutunza kondoo na mbuzi wa mjombake. Kwa hivyo akaungama katika Mwanzo 31:40, "Mchana jua likanipata, na baridi usiku, usingizi ukanitoka machoni mwangu."

Mungu humlipa kila mmoja kulingana na kile apandacho. Alimwona Yakobo akifanya hivyo kwa uaminifu, na akambariki kwa mali nyingi. Wakati Mungu alipomwambia arudi katika nchi yao, Yakobo akaondoka kwa Labani na akaanza kwenda nyumbani pamoja na jamaa yake na mali yake. Alipofika Mto Yaboki, Yakobo akasikia kwamba ndugu yake Esau alikuwa upande mwingine wa mto pamoja na watu 400.

Yakobo hangeweza kurudi kwa Labani kwa sababu ya ahadi aliyompa mjomba wake. Wala hangevuka ule mto na kusonga mbele kuelekea kwa Esau aliyekuwa amewaka hasira ya kulipiza kisasi. Alipojikuta katika mashaka, Yakobo hakutegemea tena hekima yake mwenyewe bali akaweka kila kitu mikononi mwa Mungu katika maombi. Akijiondolea kila mfumo wa mawazo yake, Yakobo alimwomba Mungu hadi kufikia kiwango cha kumtegua paja.

Yakobo aling'ang'ana na Mungu na akashinda, kwa hivyo Mungu akambariki akisema, "Jina lako hutaitwa tena Yakobo, ila Israeli, maana umeshindana na Mungu, na watu, nawe umeshinda (Mwanzo 32:28). Kisha Yakobo angeweza kupatana na ndugu yake Esau pia.

Sababu ya Mungu kumchagua Yakobo ni kwa sababu alikuwa mng'ang'anifu sana na mwelekevu hivi kwamba kwa kupitia kwa majaribu, angeweza kuwa chombo kikuu cha kufanya kazi muhimu katika historia ya Israeli.

Yakobo alipata wana kumi na wawili na hao wana kumi na wawili wakaweka misingi ya kuunda taifa la Israeli. Hata hivyo, kwa sababu walikuwa bado kabila tu, Mungu alipanga kuwaweka katika mipaka ya Misri, ambayo ilikuwa nchi yenye nguvu, mpaka uzao wa Yakobo wangeweza kuwa taifa kubwa.

Mpango huu ulikuwa wa upendo wa Mungu ambaye angewalinda na mataifa mengine. Mtu aliyeachiwa jukumu hili kubwa sana alikuwa Yusufu ambaye alikuwa mwana wa kumi na moja wa Yakobo.

Kati ya wanawe kumi na wawili, yakobo alimpendelea sana Yusufu vya kutambulika hata akamvika kanzu ya rangirangi na kadhalika. Yusufu akawa shabaha ya chuki na wivu wa ndugu zake na akauzwa na ndugu zake utumwani kule Misri akiwa na miaka kumi na saba. Lakini hakulalamika wala kuwachukia ndugu zake.

Yusufu aliuzwa katika nyumba ya Potifa, ofisa wa Farao, akida wa walinzi. Huko alifanya kazi kwa bidii na uaminifu na akakubalika na kuaminiwa na Potifa. Kwa hivyo, Yusufu akawa msimamizi juu ya nyumba ya Potifa na akawekewa kila kitu katika nyumba ile mikononi mwake.

Hata hivyo kukatokea tatizo. Yusufu alikuwa mzuri kwa umbo na sura na mke wa bwana wake akaanza kumtongoza. Yusufu alikuwa mwadilifu na alimwogopa Mungu kwa kweli, kwa hivyo alipomtongoza, alimwambia kwa ujasiiri, " Nifanyeje ubaya huu mkubwa nikamkose Mungu?" (Mwanzo 39:9)

Baada ya hayo yote, kwa sababu ya mashitaka yake yasiyokuwa ya maana, Yusufu alitiwa gerezani mahali ambapo wafungwa wa mfalme walifungwa. Hata kule gerezani, Mungu alikuwa pamoja na Yusufu, na kwa kibali cha Mungu upande wake, punde tu Yusufu alikuwa msimamizi wa "yote yaliyofanyika" kule gerezani.

Kwa hatua hizo humo njiani, Yusufu aliweza kupata hekima ambayo kwa hiyo baadaye aliweza kuendesha taifa, kukuza mwelekeo wake wa kisiasa, na akawa chombo kikuu aliyeweza kuwapokea watu wengi moyoni mwake.

Baada ya kufasiri ndoto za Farao na hata kutoa suluhisho za hekima kwa tatizo ambalo Farao na watu wake wangekabiliana nalo, Yusufu akawa mtawala wa Misri chini ya Farao. Kwa hivyo, kupitia kwa upaji mkuu wa Mungu na kupitia hayo majaribu aliyopata Yusufu, Mungu akamweka Yusufu katika cheo cha kaimu akiwa na umri wa miaka 30 katika moja wapo ya mataifa yenye nguvu zaidi wakati huo.

Kama tu Yusufu alivyotabiri ndoto za Farao, miaka saba ya njaa ikapia Mashariki ya Karibu pamoja na Misri, na kwa kuwa alikuwa amejitayarisha tayari kwa tukio kama hilo, Yusufu aliweza kuwaokoa Wamisri wote. Ndugu zake Yusufu walikuja Misri kutafuta chakula, na wakaungana tena na ndugu yao na punde tu jamaa yote ikahamia Misri ambako waliishi katika ustawi na kutengeneza njia ya kuzaliwa kwa taifa la Israeli.

Musa: Kiongozi Mkuu Aliyefanya Kutoka Misri Kuwe Halisi

Baada ya kufanya makazi yao Misri, uzao wa Israeli

waliongezeka na kustawi na punde wakawa wakuu na wengi wa kutosha kuunda taifa lao wenyewe.

Wakati mfalme mpya, aliyekuwa hamjui Yusufu, alipoingia mamlakani, alianza kupinga ustawi na nguvu ya uzao wa Israeli. Punde si punde, mfalme na maofisa wake wakaanza kuyafanya maisha yao kuwa uchungu kwa kazi ngumu; kazi ya chokaa na ya matofali, na kila namna ya kazi ya mashamba; kwa kazi zao zote walizowatumikisha kwa ukali (Kutoka 1:13-14).

Lakini "kwa kadiri ya walivyowatesa ndivyo walivyoongezeka na kuzidi kuenea" (Kutoka 1:12). Punde si punde Farao aliamuru wavulana wote wa Israeli wanapozaliwa wauawe. Aliposikia kilio cha Waisraeli cha kutaka msaada kwa sababu ya utumwa wao, Mungu alikumbuka Agano lake na Abrahamu, Isaka na Yakobo.

Nami nitakupa wewe na uzao wako baada yako nchi hii unayoikaa ugeni, nchi yote ya Kanaani, kuwa milki ya milele; nami nitakuwa Mungu wao (Mwanzo 17:8).

Na nchi hii niliyowapa Ibrahimu na Isaka nitakupa wewe, na uzao wako baada yako nitawapa nchi hiyo (Mwanzo 35:12).

Ili aweze kuwaongoza wana wa Israeli kutoka kwenye mateso yao na kuwaleta nchi ya Kanaani, Mungu alimtayarisha mwanamume mmoja ambaye angetii amri zake bila masharti na awaongoze watu wake kwa moyo wake.

Mtu huyo alikuwa Musa. Wazazi wake walimficha Musa kwa miezi mitatu baada ya kuzaliwa, lakini walipokuwa hawawezi kumficha tena, walimtia katika kikapu cha fito na kuweka kikapu kile katikati ya nyasi kandokando ya mto Nili. Wakati binti Farao alipomgundua mtoto yule katika kikapu kile cha fito na kuamua kumchukua kama mtoto wake mwenyewe, dadake yule mtoto aliyekuwa amesimama mbali kidogo ili aone kitakachofanyika kwa yule mtoto alipendekeza kwa binti Farao kwamba mamake Musa wa kumzaa awe mlezi wake.

Kwa hivyo, Musa alileewa katika jumba la kifalme na mamake wa kumzaa, kwa hivyo alikuwa kiasili na akajifunza juu ya Mungu na Waisraeli, watu wake mwenyewe.

Kisha siku moja, alimwona mwebrania mwenzake akipigwa na Mmisri, na kwa uchungu akaishia kumwua yule Mmisri. Jambo hili lilipojulikana, Musa akakimbia mbele ya Farao na akaenda kukaa nchi ya Midiani. Alichunga kondoo kwa miaka arobaini, na huu ulikuwa sehemu ya upaji wa Mungu aliyetaka kumjaribu na kumufunza Musa kama kiongozi wa Kutoka.

Wakati aliochagua Mungu ulipofika, alimwita Musa na akamwamuru awaongoze Waisraeli awatoe Misri na awapeleke Kanaani, nchi itiririkayo maziwa na asali.

Kwa kuwa Farao alikuwa ameufanya moyo wake kuwa mgumu, akuisikiza amri ya Mungu iliyotolewa kupitia kwa Musa. Kwa sababu hiyo, Mungu akaleta yale Mapigo Kumi juu ya Misri na akawatoa Waisraeli kutoka nchi ya Misri kwa lazima.

Ni kwa kuuliwa kwa wana wao wa kwanza ndipo Farao na watu wake wanapiga magoti mbele ya Mungu na watu wa Israeli wanawekwa huru kutoka kwenye utumwa. Mungu mwenyewe aliwaongoza Waisraeli katika kila hatua ya safari yao; Mungu akagawanya Bahari ya Shamu hata wakaivuka ikiwa nchi kavu. Walipokuwa hawana maji ya kunywa, Mungu alifanya maji yatiririke kutoka kwenye mwamba na wakati walipokuwa hawana chakula, Mungu aliwaletea mana na kware. Mungu alifanya miujiza hii na maajabu haya kupitia kwa Musa ili ahakikishe mamilioni ya Waisraeli wanaendelea kuishi jangwani kwa miaka arobaini.

Mungu mwaminifu aliwaongoza watu wa Israeli na kuwaingiza nchi ya Kanaani kupitia kwa Yoshua, aliyechukua nafasi ya Musa. Mungu alimsaidia Yoshua na watu wake kuvuka Mto Yordani kwa njia ya Mungu na akawafanya waushinde mji wa Yeriko. Na kwa njia zake mwenyewe, Mungu aliwafanya washinde na kumilki karuby nchi yote ya Kanaani itiririkayo maziwa na asali.

Kwa kweli kushindwa kwa Kanaani hakukuwa tu baraka za Mungu peke yake kwa Waisraeli lakini pia matokeo ya hukumu yake ya haki dhidi ya wakazi wa Kanaani walioharibiwa na dhambi na uovu. Wakazi wa nchi ya Kanaani waliharibika sana na wakalazimishwa kupokea hukumu, na kisha katika hukumu yake ya haki Mungu aliwaongoza Waisraeli waichukue nchi.

Kama Mungu alivyomwambia Abrahamu, "Na kizazi cha nne kitarudi hapa" (Mwanzo 15:16), uzao wa Abrahamu Yakobo na wanawe waliondoka Kanaani wakaenda Misri, na kukaa huko, na uzao wao ukarudi nchi ya Kanaani.

Daudi Anajenga Israeli Yenye Nguvu

Baada ya kushinda nchi ya Kanaani, Mungu alitawala Israeli kupitia kwa waamuzi na manabii wakati wa Kipindi cha Waamuzi na kisha Israeli ikawa ufalme. Kufikia utawala wa Daudi aliyempenda Mungu zaidi ya mambo yote mengine, misingi ya kitaifa iliwekwa.

Katika ujana wake, Daudi alimwua shujaa mkuu wa Kifilisti kwa kombeo na jiwe na kama heshima ya utumishi wake katika vita Daudi aliwekwa juu ya askari wa vita katika jeshi la Mfalme Sauli. Daudi aliporudi nyumbani baada ya kuwashinda Wafilisti, wanawake wengi waliimba huku wakiwa wanacheza wakasema, "Sauli ameua maelfu yake, na Daudi ameua makumi elfu yake." Na Waisraeli wote wakaanza kumpenda Daudi. Mfalme Sauli akapanga njama ya Kumwua Daudi kwa sababu ya wivu.

Kati ya mara zile Sauli alizomfuata Daudi bila mafanikio, Daudi alipata nafasi mbili za kumwua mfalme lakini akakataa kumwua mfalme ambaye alikuwa amemwagiwa mafuta na Mungu Mwenyewe. Alimfanyia mfalme mambo mazuri peke yake. Katika tukio moja, Daudi aliinama mpaka kipaji chake kikagusa mchanga, akalala kifudifudi, akamwambia Mfalme Sauli, "Tena, baba yangu, tazama! Tafadhali, tazama upindo wa vazi lako mkononi mwangu! Maana ikiwa nimeukata upindo wa vazi lako, nisikuue, ujue, na kuona ya kuwa hakuna uovu wala kosa mkononi mwangu, wala sikukukosa neno; ingawa wewe unaniwinda roho yangu ili kuikamata" (1 Samuel 24:11).

Daudi, mtu aupendezaye moyo wa Mungu, alitafuta wema katika mambo yote hata baada ya kuwa mfalme. Wakati wa utawala wake, Daudi alitawala ufalme wake kwa hukumu ya haki na akauimarisha huo ufalme. Kwa kuwa Mungu alienenda na mfalme, Daudi alishinda vita vyake dhidi ya majirani zake Wafilisti, Wamoabu, Waamaleki, Waamoni, na Waedomu. Alipanua mipaka ya Israeli na nyara za vita na kodi viliongeza hazina za ufalme wa Daudi. Kulingana na hayo, alifurahia kipindi cha ustawi.

Daudi pia alihamisha Sanduku la Mungu la Agano hadi

Yerusalemu, akaweka utaratibu wa kutoa sadaka, na akaitia nguvu imani kwa BWANA Mungu. Mfalme pia alianzisha Yerusalemu kama senta ya kisiasa na ya kidini ya huo ufalme na akafanya matayarisho yote ya Hekalu Takatifu la Mungu lijengwe wakati wa utawala wa mwanawe Mfalme Sulemani.

Katika historia yake yote, Israeli ilikuwa na uwezo zaidi, na yenye fahari zaidi wakati wa utawala wa Mfalme Daudi, na Mfalme Daudi alipendwa sana na watu wake na akampa Mungu utukufu mwingi. Juu ya haya yote, Daudi alikuwa babu mkuu namna gani hata Masihi akawa atatoka katika uzao wake?

Eliya Anarudisha Mioyo ya Waisraeli Kwa Mungu

Sulemani mwana wa Mfalme Daudi aliabudu miungu ya sanamu katika siku zake za mwisho na baada ya kifo chake ufalme ukagawanywa mara mbili. Kati ya zile kabila kumi na mbili za Israeli, kabila kumi zikaunda Ufalme wa Israeli kule kaskazini na zile kabila nyingine zilizobaki zikaunda ufalme wa Yuda kule kusini.

Katika Ufalme wa Israeli, Nabii Amosi na Hosea walifunua mapenzi ya Mungu kwa watu wake huku Nabii Isaya na Yeremia wakiendesha huduma hizo katika Ufalme wa Yuda. Kila wakati aliochagua Mungu ulipofika, Mungu alituma manabii wake na akatimiza mapenzi yake kupitia kwa wao. Mmoja wao alikuwa nabii Eliya. Eliya aliendesha huduma yake wakati wa utawala wa Mfalme Ahabu katika ufalme wa kaskazini.

Katika wakati wa Eliya, malkia wa Mataifa Yezebeli alimleta Baali Israeli na ibada ya sanamu ikasambaa kila mahali katika huo ufalme. Misheni ya kwanza iliyombidi nabii Eliya aifanye ni kumwambia Mfalme Ahabu kwamba hakungekuwa na mvua kule Israeli kwa miaka mitatu na nusu kama matokeo ya hukumu ya Mungu kwa sababu ya wao kuabudu sanamu.

Nabii alipoambiwa kwamba mfalme na malkia walikuwa wanajaribu kumwua, Eliya alikimbilia Sarepta, nchi ya Sidoni. Alipewa kipande cha mkate kutoka kwa mjane huko, na kama malipo ya huduma yake Eliya akadhihirisha baraka za ajabu juu ya mjane yule na kibakuli chake cha unga hakikuisha wala chupa yake ya mafuta haikukoma hadi njaa ikaisha. Baadaye, Eliya pia alimfufua mwana wa huyo mjane aliyekuwa amekufa.

Juu ya Mlima Karmeli, Eliya alishindana dhidi ya manabii 450 wa Baali na manabii 400 wa Ashera na akaleta moto wa Mungu kutoka mbinguni. Ili aweze kugeuza mioyo ya Waisraeli kutoka kwa sanamu na kuiongoza kumrudia Mungu, Eliya aliifanyia ukarabati madhabahu ya Mungu, akamwaga maji juu ya sadaka na madhabahu, na akamwomba Mungu kwa ari.

"Ee BWANA, Mungu wa Ibrahimu, na wa Isaka, na wa Israeli, na ijulikane leo ya kuwa wewe ndiwe Mungu katika Israeli, na ya kuwa mimi ni mtumishi wako, na ya kuwa nimefanya mambo haya yote kwa neno lako. Unisikie, Ee BWANA, unisikie, ili watu hawa wajue ya kuwa wewe, \nd Bwana, ndiwe Mungu, na ya kuwa wewe umewageuza moyo wakurudie." Ndipo moto wa BWANA ukashuka, ukaiteketeza sadaka ya kuteketezwa, na kuni, na mawe, na mavumbi, ukayaramba yale maji yaliyokuwamo katika mfereji. Na watu wote walipoona, wakaanguka kifudifudi; wakasema, BWANA ndiye Mungu, BWANA ndiye Mungu." Eliya akawaambia, Wakamateni hao manabii wa Baali, asiokoke hata mmoja." Wakawakamata; na

Eliya akawachukua mpaka kijito cha Kishoni, akawaua huko (1 Wafalme 18:36-39).

Licha ya hayo, akaleta mvua kutoka mbinguni baada ya miaka mitatu na nusu ya ukame, akavuka Mto Yordani kama ambaye alikuwa anatembea juu ya nchi kavu na akatoa unabii juu ya mambo ambayo yangefanyika. Kwa kudhihirisha uwezo wa ajabu wa Mungu, Eliya alitoa ushuhuda wa Mungu aliye hai waziwazi.

2 Wafalme 2:11 inasema, "Ikawa, [Eliya na Elisha] walipokuwa wakiendelea mbele na kuongea, tazama! Kukatokea gari la moto, na farasi wa moto, likawatenga wale wawili. Naye Eliya akapanda mbinguni kwa upepo wa kisulisuli." Kwa sababu Eliya alimpendeza Mungu kwa imani yake ya kiwango cha juu sana na akapokea upendo wake na heshima, Nabii huyo alipaa mbinguni bila kufa.

Danieli Anadhihirisha Utukufu wa Mungu kwa Mataifa.

Miaka mia mbili ya hamsini baadaye, mnamo 605 K.K., katika mwaka wa tatu wa Utawala wa Mfalme Yehoyakini, Yerusalemu ilishindwa katika uvamizi wa Mfalme Nebukadneza wa Babeli na wengi wa jamaa ya kifalme katika Ufalme wa Yuda wakachukuliwa mateka.

Kama sehemu ya sera ya Nebukadneza ya upatanisho, Mfalme akamwambia Ashpenazi, mkuu wa matowashi wake, awalete baadhi ya wana wa Israeli, wa uzao wa kifalme, na wa uzao wa kiungwana, vijana wasio na mawaa, wazuri wa uso, wajuzi wa hekima, werevu kwa sababu ya maarifa yao, wenye kufahamu elimu, watakaoweza kusimama katika jumba la mfalme. Tena alimwambia awafundishe elimu ya Wakaldayo, na lugha yao. na kati ya vijana kama hao alikuwamo Danieli (Danieli 1:3-4).

Lakini Danieli aliazimu moyoni mwake ya kuwa hatajitia unajisi kwa chakula cha mfalme, wala kwa divai aliyokunywa; basi akamwomba yule mkuu wa matowashi ampe ruhusa asijitie unajisi (Danieli 1:8).

Hata ingawa alikuwa mfungwa wa vita, Danieli alipokea baraka za Mungu kwa kuwa alimcha katika kila mambo ya maisha yake. Mungu alimpa Danieli na rafiki zake maarifa na ujuzi katika elimu na hekima. Danieli naye alikuwa na ufahamu katika maono yote, na ndoto (Danieli !:17).

Hiyo ndiyo sababu aliendelea kupata kibali na kutambuliwa na wafalme hata ingawa falme zilibadilika. Kutambua roho ya Danieli isiyokuwa ya kawaida, Mfalme Dario wa Uajemi alitafuta kumteua juu ya ufalme wote. Kisha kundi la matoashi wakamwonea wivu Danieli na wakaanza kutafuta sababu za kumshitakia kuhusu mambo ya serikali. Lakini hawakuweza kupata sababu yoyote ya kumshitakia au ushahidi wa ufisadi.

Walipojua kwamba Danieli alimwomba Mungu mara tatu kwa siku, mawaziri na maamiri walikuja pamoja mbele ya mfalme, wakamhimiza aunde sheria kwamba mtu yeyote ambaye angeomba dua kwa mungu yeyote au mwanadamu yeyote ila kwa mfalme kwa mwezi mmoja alikuwa atupwe katika tundu la simba. Danieli hakutikisika; hata kwa hatari ya kupoteza umaarufu wake, cheo chake kikuu, na maisha yake katika tundu la simba, aliendelea kuomba, akielekeza uso wake Yerusalemu, kama alivyokuwa akifanya tangu awali.

Kwa amri ya mfalme, Danieli alitupwa katika tundu la simba lakini kwa sababu Mungu alituma malaika wake na akafumba vinywa vya simba, Danieli aliachwa bila madhara. Mfalme Dario alipojua jambo hili, aliwaandikia watu wote, mataifa na watu wa kila lugha walioishi katika nchi zote na akawaambia waimbe sifa na kumpa Mungu utukufu:

Mimi naweka amri, ya kwamba katika mamlaka yote ya ufalme wangu watu watetemeke na kuogopa mbele za Mungu wa Danieli; maana yeye ndiye Mungu aliye hai, adumuye milele, na ufalme wake ni ufalme usioharibika, na mamlaka yake itadumu hata mwisho. Yeye huponya na kuokoa, hutenda ishara na maajabu mbinguni na duniani, ndiye aliyemponya Danieli na nguvu za simba (Danieli 6:26-27).

Zaidi ya wale mababu wa imani waliokuwa na sifa kuu kwa Mungu waliotajwa hapo juu, hakuna kiasi cha karatasi na wino kinachoweza kutosha kueleza matendo ya imani ya Gideoni, Baraki, Samsoni, Jeftha, Samueli, Isaya, Yeremia, Ezekieli, marafiki watatu wa Danieli, Esta, na manabii wote tuliojulishwa katika Biblia.

Mababu kwa ajili ya Mataifa yote ya Duniani

Katika siku za kwanza kabisa za taifa la Israeli, Mungu mwenyewe binafsi alipanga na kuendesha mkondo wa historia yake. Kila wakati Israeli ilijikuta katika majanga, Mungu aliwaokoa kupitia kwa manabii aliowatayarisha, na kuelekeza historia ya Israeli.

Kwa hivyo, kinyume na ile ya mataifa mengine yote, historia ya Israeli imeendelea kujifunua kulingana na upaji wa Mungu kuanzia siku za Abrahamu na itaendelea kujifunua kulingana na mpango wa Mungu hadi mwisho wa miaka.

Kwa Mungu kuwateua na kuwatumia mababa wa imani kati ya watu wa Israeli kwa ajili ya upaji wake na mpango wake hakukuwa kwa ajili ya wateule wake peke yake, Waisraeli, lakini pia kwa ajili ya watu wote kila mahali wenye imani kwa Mungu.

Akiwa Ibrahimu atakuwa taifa kuu, hodari, na katika yeye mataifa yote ya dunia watabarikiwa (Mwanzo 18:18)?

Mungu anataka "mataifa yote duniani," yawe wana wa Ibrahimu kwa imani na wapokee baraka za Ibrahimu. Hajaweka baraka kwa wateule wake Waisraeli peke yake. Mungu alimwahidi Ibrahimu katika Mwanzo 17:4-5 kwamba angekuwa baba wa mataifa mengi, na katika Mwanzo 12:3 kwamba jamaa zote duniani zitabarikiwa katika yeye, na katika Mwanzo 22:17-18 kwamba mataifa yote duniani yangebarikiwa kupitia kwa uzao wake.

Zaidi ya hayo, katika historia yote ya Israeli, Mungu amefungua njia ambayo kwa hiyo mataifa yote ya duniani wangejua kwamba BWANA Mungu peke yake ndiye Mungu wa kweli, wamtumikie, na wawe watoto wake wa kweli wanaompenda.

Watu wasionitaka wanauliza habari zangu; nimeonekana na hao wasionitafuta. Naliliambia taifa lisiloitwa kwa jina langu, Nitazameni, nitazameni (Isaya 65:1).

Mungu aliwakuza mababu na yeye mwenyewe ameongoza na kusimamia historia ya Israeli ili awaruhusu watu wa Mataifa na wateule wake Waisraeli waliitie jina lake. Mungu alikuwa amekamilisha historia ya ukuzaji wa wanadamu kufikia wakati huo, lakini sasa alianzisha mpango mwingine wa ajabu ili aweze kutumia upaji wa ukuzaji wa wanadamu kwa mataifa pia. Kwa sababu hiyo wakati aliochagua mwenyewe ulipofika Mungu alimtuma Mwanawe katika nchi ya Israeli sio tu kama Masihi wa Israeli bali pia Masihi wa wanadamu wote

Watu Wanamshuhudia Yesu Kristo

Katika historia yote ya ukuzaji wa wanadamu, siku zote Israeli imekuwa katikati katika utimizaji wa upaji wa Mungu. Mungu alijifunua kwa mababa wa imani, akawaahidi mambo ambayo yangefanyika, na akayatimiza jinsi tu alivyoahidi. Pia aliwaambia Waisraeli kwamba Masihi angetoka katika kabila la Yuda na nyumba ya Daudi na angeokoa mataifa yote hapa duniani.

Kwa hivyo, Israeli imemngojea Masihi ambaye alitabiriwa katika Agano la Kale. Masihi ni Yesu Kristo. Kwa kweli, watu walio na imani katika Dini ya Kiyahudi hawamtambui Yesu kama Mwana wa Mungu na Masihi, lakini badala yake bado wanangojea kuja kwake.

Hata hivyo, Masihi ambaye Waisraeli wanamngojea na Masihi ambaye sehemu ya Sura hii iliyobaki itaandikwa juu yake ni huyo huyo mmoja.

Watu wanasemaje juu ya Yesu Kristo? Ukichunguza unabii juu ya Masihi na utimizaji wake, na sifa za Masihi, utathibitisha ukweli huo peke yake kwamba yule Masihi ambaye Israeli imemngojea kwa hamu si mwingine bali ni Yesu Kristo.

Paulo, Mtesi wa Yesu Kristo Anageuka na kuwa Mtume Wake.

Paulo alizaliwa Tariso, Kilikia, katika nchi ya Uturuki ya

wakati huu, kama miaka 2,000 iliyopita, na jina lake la kuzaliwa lilikuwa Sauli. Sauli alitahiriwa siku ya nane baada ya kuzaliwa. Yeye alikuwa mtu wa taifa la Israeli, wa kabila la Benyamini, na Mwebrania Halisi. Kulingana na haki ipatikanayo katika sheria, Sauli alikuwa hana kasoro. Alipata elimu chini ya Gamalieli, mwalimu wa Sheria aliyeheshimiwa na watu wote. Aliishi kwa kufuata kwa bidii sheria ya mababa zake na alikuwa na uraia wa Ufalme wa Rumi ambayo ilikuwa nchi iliyokuwa na uwezo zaidi ulimwenguni wakati huo. Kwa kifupi, Sauli hakuhitaji chochote katika mambo ya mwili kuhusiana na jamaa yake, ukoo wake, elimu yake, mali yake, au mamlaka.

Kwa kuwa alimpenda Mungu kuliko watu wengine wote, Sauli aliwatesa wafuasi wa Yesu Kristo kwa ari kubwa. Sababu ya kufanya hivi ni wakati alipowasikia Wakristo wakidai kwamba Yesu aliyesulubiwa alikuwa Mwana wa Mungu na Mwokozi. Na pia Yesu alifufuka siku ya tatu baada ya kuzikwa. Sauli aliyaona mambo haya kuwa sawa na kumkufuru Mungu mwenyewe.

Sauli pia aliona kwamba wafuasi wa Yesu Kristo walikuwa tisho kwa Dini ya Kiyahudi ya Mafarisayo ambayo aliifuata kwa ari kubwa. Kwa sababu hiyo, Sauli alitesa kanisa bila kuchoka na kuliharibu na akaongoza katika kuwashika waamini wa Yesu Kristo.

Aliwatia gerezani Wakristo wengi na akapiga kura kinyume chao wakati walipouawa. Pia aliwaadhibu waamini katika masinagogi yote, akawalazimisha wamkufuru Yesu Kristo huko, na akaendelea kuwafuata hata katika miji ya nchi nyingine.

Kisha Sauli akakumbana na tukio kubwa ambalo kwa hilo maisha yake yaligeuzwa kabisa. Akiwa njiani kwenda Dameski, ghafla nuru kutoka mbinguni ikamwangaza kotekote.

"Sauli, Sauli, mbona waniudhi?"
"U nani wewe, Bwana?"
"Mimi ndimi Yesu unayeniudhi wewe."

Sauli akainuka kutoka chini ardhini, lakini hakuweza kuona chochote; wale watu wakampeleka Dameski. Alikaa huko kwa siku tatu bila kuona. Hakula wala kunywa. Baada ya kisa hiki, Bwana akamtokea mwanafunzi mmoja aliyeitwa Anania katika maono.

Bwana akamwambia, Simama, enenda zako katika njia iitwayo Nyofu, ukaulize katika nyumba ya Yuda mtu aitwaye Sauli, wa Tarso; maana, angalia, anaomba; naye amemwona mtu, jina lake Anania, akiingia, na kumwekea mikono juu yake, apate kuona tena... Nenda tu; kwa maana huyu ni chombo kiteule kwangu, alichukue Jina langu mbele ya Mataifa, na wafalme, na wana wa Israeli. Maana nitamwonyesha yalivyo mengi yatakayompasa kuteswa kwa ajili ya Jina langu (Matendo 9:11-12, 15-16).

Anania alipomwekea Paulo mkono na kumwombea, mara hiyo kukaanguka vitu kama magamba kutoka machoni mwake na akaanza kuona tena. Baada ya kukutana na Bwana, Sauli alitambua dhambi zake wakati wote, na akajiita "Paulo," ambalo maanake ni "mwanamume mdogo." Kuanzia pale na kwendelea, Paulo aliwahubiri watu wa mataifa juu ya Mungu aliye hai na injili ya Yesu Kristo.

Kwa maana, ndugu zangu, injili hiyo niliyowahubiri, nawajulisha ya kuwa siyo ya namna ya kibinadamu. Kwa kuwa sikuipokea kwa mwanadamu wala sikufundishwa na mwanadamu, bali kwa ufunuo wa Yesu Kristo. Maana mmesikia habari za mwenendo wangu zamani katika dini ya Kiyahudi, kwamba naliliudhi kanisa la Mungu kupita kiasi, nikaliharibu. Nami naliendelea katika dini ya Kiyahudi kuliko wengi walio hirimu zangu katika kabila yangu, nikajitahidi sana katika kuyashika mapokeo ya baba zangu. Lakini Mungu, aliyenitenga tangu tumboni mwa mama yangu, akaniita kwa neema yake, alipoona vema kumdhihirisha Mwanawe ndani yangu, ili niwahubiri Mataifa habari zake; mara sikufanya shauri na watu wenye mwili na damu; wala sikupanda kwenda Yerusalemu kwa hao waliokuwa mitume kabla yangu; bali nalikwenda zangu Arabuni, kisha nikarudi tena Dameski (Wagalatia 1:11-17).

Hata baada ya kukutana na Bwana Yesu Kristo na kuhubiri injili, Paulo alivumilia aina zote za mateso ambayo hayawezi kuelezwa vya kutosha kwa maneno. Kila mara Paulo alijipata katika kazi ngumu zaidi, katika kufungwa zaidi, kupigwa mara nyingi kusikoweza kuhesabiwa, mara nyingi akiwa katika hatari ya kifo, kukesha mara nyingi bila kulala, katika njaa na kiu, mara nyingi bila chakula, katika baridi na kuwa uchi (2 Wakorintho 11:23-27).

Angekuwa ameishi kirahisi katika maisha ya ustawi na faraja katika hadhi yake, mamlaka, elimu, na hekima. Lakini Paulo aliyaacha hayo yote na kutoa kila kitu alichokuwa nacho kwa Bwana.

Maana mimi ni mdogo katika mitume, nisiyestahili kuitwa mitume, kwa sababu naliliudhi Kanisa la Mungu. Lakini kwa neema ya Mungu nimekuwa hivi nilivyo; na neema yake iliyo kwangu ilikuwa si bure, bali nalizidi sana kufanya kazi kupita wao wote; wala si mimi, bali ni neema ya Mungu pamoja nami (1 Wakorintho 15:9-10).

Paulo aliweza kutoa ungamo hili la kijasiri kwa sababu alikuwa na ujuzi uliokuwa wazi kabisa kwake wa kukutana na Yesu Kristo. Bwana hakukutana tu na Paulo katika barabara ya kwenda Dameski bali pia alithibitisha kuwapo kwake na Paulo kwa kudhihirisha kazi za uwezo za maajabu.

Mungu alifanya miujiza isiyokuwa ya kawaida kwa mikono ya Paulo, hivi kwamba vitambaa au aproni vilichukuliwa kutoka mwilini mwake na kupelekewa wagonjwa, na magonjwa yakapona na pepo wachafu wakawatoka. Paulo pia alimfufua kijana mmoja aliyeitwa Yutiko alipoanguka kutoka gorofa ya tatu na walipoenda kumchukua alikuwa amekufa. Haiwezekani kumfufua mfu bila nguvu za Mungu.

Agano la Kale linasema kwamba Nabii Eliya alimfufua mwana wa mjane kule Sarepta na Nabii Elisha akamfufua mvulana wa mwanamke mwenye cheo kule Shunemu. Kama Mwandishi wa zaburi alivyoandika katika Zaburi 62:11, "Mara moja amenena Mungu; Mara mbili nimeyasikia haya, Ya kuwa nguvu zina Mungu," nguvu za Mungu hupewa watu wa Mungu.

Wakati wa safari zake tatu za umisionari, Paulo aliweka msingi wa injili ya Yesu Kristo kuhubiriwa kwa mataifa yote kwa kujenga makanisa mahali pengi kule Asia na Ulaya, pamoja na Asia Ndogo na Uyunani. Kwa hivyo, njia ikafunguliwa ambayo kwa hiyo injili ya Yesu Kristo ingehubiriwa kila mahali duniani na maelfu ya roho kuokolewa.

Petro Anadhihirisha Uwezo Mkuu na Kuokoa Roho Zisizokuwa na Hesabu

Tusemeje juu ya Petro aliyeongoza jitihada za kuhubiri injili kwa Wayahudi? Kabla ya kukutana na Yesu alikuwa mvuvi wa kawaida, lakini baada ya kuitwa na Yesu na kushudia kwa macho yake mambo ya ajabu yaliyofanywa na Yesu, Petro alikuwa mmoja wapo wa wanafunzi wake bora zaidi.

Petro alipomwona Yesu akidhihirisha aina ya nguvu na ukuu wake ambao hakuna mtu mwingine angeweza hata kuigiza, ikijumuisha kufungua macho ya vipofu, kusimamisha viwete, kufufua wafu, alimwona Yesu akifanya mambo mema, na akamtazama Yesu akifunika ukosefu na makosa ya watu, Petro aliweza kuamini, "Kwa kweli ametoka kwa Mungu." Katika Mathayo 16 tunaweza kupata ungamo hili.

Yesu akawauliza wanafunzi wake, "Nanyi mwaninena mimi kuwa ni nani?" (Kif. 15) Petro akajibu, "Wewe ndiwe Kristo, Mwana wa Mungu aliye hai" (kif. 16).

Kisha kukafanyika jambo ambalo halikudhaniwa kwamba linaweza kutendeka kwa Petro ambaye aliweza kufanya ungamo la kijasiri kama la hapo awali. Hata wakati wa chakula cha mwisho Petro alimuungamia Yesu, "Wajapochukizwa wote kwa ajili yako, mimi sitachukizwa kamwe" (Mathayo 26:33). Lakini usiku ule aliposhikwa Yesu na kusulubiwa, Petro alimkana Yesu mara tatu akisema hamjui kwa kuogopa kifo

Baada ya Yesu kufufuka na kupaa mbinguni, Petro alimpokea Roho Mtakatifu na akabadilishwa katika njia ya ajabu. Alijitoa maisha yake yote kuhubiri injili ya Yesu Kristo bila kuogopa kifo. Siku moja, watu 3,000 walitubu na wakabatizwa wakati alipotoa ushuhuda juu ya Yesu Kristo. Hata mbele ya viongozi wa Wayahudi waliokuwa wanatishia kumwua, alitangaza kwa ujasiri kwamba Yesu Kristo ndiye Bwana na Mwokozi wetu.

Tubuni mkabatizwe kila mmoja kwa jina lake Yesu Kristo, mpate ondoleo la dhambi zenu, nanyi mtapokea kipawa cha Roho Mtakatifu. Kwa kuwa ahadi hii ni kwa ajili yenu, na kwa watoto wenu, na kwa watu wote walio mbali, na kwa wote watakaoitwa na Bwana Mungu wetu wamjie (Matendo 2:38-39).

Yeye ndiye jiwe lile lililodharauliwa na ninyi waashi, nalo limewekwa kuwa jiwe kuu la pembeni. Wala hakuna wokovu katika mwingine awaye yote, kwa maana hapana jina jingine chini ya mbingu waliopewa wanadamu litupasalo sisi kuokolewa kwalo (Matendo 4:11-12).

Petro alidhihirisha uwezo wa Mungu kwa kuonyesha ishara nyingi na maajabu. Kule Lida, Petro aliponya mwanamume aliyekuwa amepooza kwa miaka minane, na karibu na hapo, kule

Yafa, alimfufua Tabitha aliyeugua na akafa. Petro pia aliwafanya viwete wasimame na kutembea, aliponya watu waliougua magonjwa mbalimbali, na kutoa pepo.

Nguvu za Mungu ziliandamana na Petro kufikia kiasi kwamba watu waliwabeba wagonjwa wakawapeleka barabarani na kuwalaza kwenye vitanda na mikeka kwa kuwa walitarajia kwamba Petro atakapopita na hapo angalau kivulivuli chake kinaweza kuwagusa (Matendo 5:15).

Zaidi ya hayo, Mungu alimwonyesha Petro kupitia maono kwamba injili ya wokovu ilipaswa kupelekewa watu wa Mataifa. Siku moja, Petro alipokuwa na njaa, alikwea juu ya nyumba aombe, alihisi njaa na akatamani kula chakula. Wakati chakula kilipokuwa kinatayarishwa, roho ya Petro ikazimia na akaona mbingu zimefunguka, na chombo kikishuka kama nguo kubwa. Ndani yake mlikuwa na aina zote za wanyama wenye miguu minne, na hao watambaao, na ndege wa angani (Matendo 10:9-12). Kisha Petro akasikia sauti.

Sauti ikamjia Petro. "Ondoka, Petro, uchinje ule!" (kif. 13). Lakini Petro akasema, Hasha, Bwana, kwa maana sijakula kamwe kitu kilicho kichafu au najisi" (kif. 14). Sauti ikamjia mara ya pili ikimwambia, "Vilivyotakaswa na Mungu, usiviite wewe najisi" (kif. 15).

Jambo hili lilitendeka mara tatu, kisha kila kitu kikavutwa tena kurudi mbinguni. Petro hakuweza kuelewa ni kwa nini Mungu alimwamuru ale kitu ambacho Sheria ya Musa inakifasili kuwa "najisi." Petro akiwa anatafakari kuhusu maono hayo, Roho Mtakatifu akamwambia, "Wako watu watatu wanakutafuta. Basi ondoka ushuke ufuatane nao, usione tashwishi, kwa maana ni mimi niliyewatuma" (Matendo 10:19-20). Wale wanaume watatu walikuja kwa niaba ya mtu wa Mataifa Kornelio aliyewatuma wakamwite Petro aje nyumbani kwake.

Kupitia kwa maono haya, Mungu alimfunulia Petro kwamba Mungu alitaka rehema zake zihubiriwe hata kwa Mataifa, na akamhimiza Petro aeneze injili ya Bwana Yesu Kristo kwao. Petro alimshukuru Bwana sana ambaye alimpenda upeo na kuweka kazi takatifu mikononi mwake kama Mtume wake hata ingawa alikuwa amemkana mara tatu. Petro alitoa uhai wake wote katika kuongoza roho nyingi sana katika njia ya wokovu na akafa kifo cha mfiadini.

Mtume Yohana Anatabiri juu ya Siku za Mwisho kwa Ufunuo wa Yesu Kristo

Hapo awali Yohana alikuwa mvuvi kule Galilaya, lakini baada ya kuitwa na Yesu, Yohana siku zote alitembea pamoja naye na akashuhudia udhihirisho wake wa ishara na maajabu. Yohana alimwona Yesu akigeuza maji kuwa divai katika harusi kule Kana, akiponya wagonjwa wengi sana pamoja na mtu aliyekuwa ameugua kwa miaka thelathini na minane, akitoa pepo kutoka kwa watu wengi, na kufungua macho ya vipofu. Yohana pia alimshuhudia Yesu akitembea juu ya maji na akimfufua Lazaro aliyekuwa amekufa kwa siku nne.

Yohana alimfuata Yesu wakati Yesu alipogeuka sura (Uso wake uling'ara kama jua na nguo zake zikawa nyeupe kama nuru) na akasema na Musa na Eliya juu ya Mlima wa Kugeuzwa Sura.

Hata Yesu alipokuwa anakufa pale msalabani, Yohana alimsikia Yesu akisema naye na Bikira Maryamu:

"Mama, tazama, mwanao!"
"Tazama, mama yako!"

Kwa neno hili la tatu la mwisho ambalo Yesu alilisema pale msalabani, kimwili Yesu alikuwa anamfariji Maryamu aliyekuwa amembeba na kumzaa. Lakini katika maana ya kiroho alikuwa anawatangazia wanadamu wote kwamba waamini wote ni ndugu, madada, na akina mama.

Yesu hakumwita Maryamu kama "Mamake." Kwa kuwa Yesu Mwana wa Mungu ni Mungu Mwenyewe asili, hakuna mtu ambaye alikuwa anaweza kumzaa na hangekuwa na mama. Sababu iliyomfanya Yesu amwambie Yohana, "Tazama, mama yako!" ilikuwa Yohana alipaswa kumtumikia Maryamu kama mamake. Kuanzia saa ile Yohana alimchukua Maryamu nyumbani kwake na akamtumikia kama mamake.

Baada ya Yesu kufufuka na kupaa mbinguni, alihubiri injili ya Yesu Kristo kwa bidii pamoja na mitume wengine hata ingawa kulikuwa na vitisho vya kila mara vya Wayahudi. Kupitia mahubiri yao yenye ari ya injili, Kanisa la Kwanza lilipokea uvuvio wa ajabu, lakini wakati huo huo mitume wakumbana na mateso siku zote.

Mtume Yohana aliulizwa katika Baraza la Wayahudi na baadaye akatupwa katika katika mafuta yaliyokuwa yakichemka na Mfalme wa Kirumi Domitiani. Lakini kwa nguvu za Mungu na upaji wake, Yohana hakudhurika, na huyo mfalme akampeleka uhamishoni katika kisiwa cha Uyunani kiitwacho Patmo katika Bahari ya Kati. Huko, Yohana aliwasiliana na Mungu katika maombi na kwa msukumo wa Roho Mtakatifu na mwongozo wa malaika, aliona maono mengi ya kina na akanakili ufunuo wa Yesu Kristo.

Ufunuo wa Yesu Kristo, aliopewa na Mungu awaonyeshe watumwa wake mambo ambayo kwamba hayana budi kuwako upesi; naye akatuma KWA MKONO WA MALAIKA akamwonyesha mtumwa wake Yohana (Ufunuo 1:1).

Katika msukumo wa Roho Mtakatifu, Mtume Yohana aliandika kwa utondoti juu ya mambo ambayo yangefanyika katika siku za mwisho ili watu wote waweze kumkubali Yesu kama Mwokozi wao na wajitayarishe kumpokea kama Mfalme wa wafalme na Bwana wa mabwana Atakapokuja Mara ya Pili.

Waamini wa Kanisa la Kwanza Wanashikilia Imani Yao.

Yesu aliyefufuka alipopaa mbinguni, aliawaahidi wanafunzi wake kwamba angerudi vilevile walivyomwona akienda mbinguni.

Mashahidi wengi sana wa kufufuka kwa Yesu na kupaa walitambua kwamba pia wao wangeweza kufufuka na wasiogope kifo tena. Hivyo ndivyo jinsi wangeishi maisha yao kama mashahidi wake mbele ya vitisho na maonevu ya watawala wa ulimwengu na mateso ambayo mara nyingi yaligharimu maisha yao. Sio tu wanafunzi wa Yesu waliokuwa wamemtumikia wakati wa huduma yake kwa uma bali pia wengine wengi walikuwa mawindo ya simba katika Kolosamu kule Rumi, walikatwa vichwa, wakasulubiwa, na wakateketezwa tikitiki. Hata hivyo, wote walishikilia imani yao katika Yesu Kristo.

Mateso dhidi ya Wakristo yalipoongezeka, waamini wa Kanisa la Kwanza walijificha katika katakomu za Rumi, zinazoitwa "makaburi ya ardhini." Maisha yao yalikuwa ya taabu; kikweli, walikuwa kama ambao walikuwa hawaishi. Kwa sababu walikuwa na upendo wenye shauku na ari kwa Bwana, hata hivyo, hawakuogopa aina yoyote ya majaribu na mateso.

Kabla Ukristo kutambuliwa rasmi kule Rumi, maonevu dhidi ya Wakristo yalikuwa makali na katili isivyoweza kuelezeka. Wakristo walipokonywa uraia wao, Biblia na makanisa vilichomwa, viongozi wa kanisa na wafanyakazi walishikwa, wakateswa kikatili, na wakauawa.

Polikapu katika kanisa la Smirna kule Asia Ndogo alikuwa na ushirika wa kibinafsi na Mtume Yohana. Polikapu alikuwa Askofu mwaminifu. Polikapu aliposhikwa na mamlaka ya Rumi na akasimama mbele ya liwali, hakuacha imani yake.

"Sitaki kukutweza. Amuru wale Wakristo wauawe nami nitakuachilia. Mlaani Kristo!"

"Nimekuwa mtumishi wake kwa miaka themanini na sita, na hajanikosea. Ninawezaje kumkufuru Mfalme wangu aliyeniokoa?"

Walijaribu kumchoma afe, lakini kwa sababu hawakufaulu, Polikapu askofu wa Smirna alikufa kama mfiadini baada ya kudungwa kisu. Wakristo wengi wengine waliposhuhudia na kusikia mwendo wa imani wa Polikapu na ufiadini wake, walielewa zaidi shaku ya Yesu Kristo, na wao wenyewe wakachagua njia ya kufiadini.

Enyi waume wa Israeli, jihadharini jinsi mtakavyowatenda watu hawa. Kwa sababu kabla ya siku hizi aliondoka Theuda, akijidai ya kuwa yeye ni mtu mkuu, watu wapata mia nne wakashikamana naye. Naye aliuawa na wote waliomsadiki wakatawanyika wakawa si kitu. Baada ya mtu huyo aliondoka Yuda Mgalilaya, siku zile za kuandikiwa orodha, akawavuta watu kadha wa kadha nyuma yake, naye pia akapotea na wote waliomsadiki wakatawanyika. Basi sasa nawaambia, Jiepusheni na watu hawa, waacheni; kwa kuwa shauri hili au kazi hii ikiwa imetoka kwa binadamu, itavunjwa, lakini ikiwa imetoka kwa Mungu hamwezi kuivunja; msije mkaonekana kuwa mnapigana na Mungu (Matendo 5:35-39).

Wakati Gamalieli mtu mwenye kuheshimiwa alipowahimiza na kuwakumbusha watu wa Israeli kama ilivyo hapo juu, injili ya Yesu Kristo aliyetoka kwa Mungu mwenyewe haingeweza kupinduliwa. Hatimaye mwaka wa 313 A.D., Mfalme Konstantini aliutambua Ukristo kama dini rasmi ya utawala wake na injili ya Yesu Kristo ikaanza kuhubiriwa ulimwenguni kote.

Ushuhuda wa Yesu Ulionakiliwa katika Ripoti ya Pilato

Kati ya hati za kihstoria kutoka nyakati za Ufalme wa Kirumi, kuna mswada juu ya kufufuka kwa Yesu ambao Pontio Pilato, Liwali wa Mkoa wa Kirumi wa Yudea wakati wa Yesu, aliuandika na kuutuma kwa Mfalme.

Ifuatayo ni dondoo juu ya tukio la kufufuka kwa Yesu kutoka kwa "Ripoti ya Pilato kwa Kaisari juu ya Kushikwa, Kuhukumiwa, na Kusulubishwa kwa Yesu," ambayo wakati huu imehifadhiwa kule Hagia Sophia kule Istanbul, Uturuki:

Siku chache baada ya kaburi kuonekana tupu, wanafunzi wake walitangaza nchini kote kwamba Yesu alikuwa amefufuka kutoka kwa wafu, kama alivyosema hapo awali. Jambo hili lilileta msisimko mkubwa hata kuliko kusulubishwa kwake. Siwezi kusema kwa hakika juu ya ukweli wake, lakini nimefanya uchunguzi juu ya jambo hili; kwa hivyo unaweza kuchunguza mwenyewe, kama nina makosa, kama Herode anavyosema.

Yusufu alimzika Yesu katika kaburi lake mwenyewe. Kama alitazamia kufufuka kwake au alipanga kumchongea kaburi lingine, mimi sijui. Siku baada ya kuzikwa kwake mmoja wapo wa makuhani alikuja kwenye kambi na akasema wanahofia kwamba wanafunzi wake walinuia kuiba mwili wa Yesu na waufiche, na kisha wajifanye kwamba alikuwa amefufuka kutoka kwa wafu, kama alivyosema kimbele, na walikuwa wana uhakika juu ya jambo hilo.

Nikamtuma kwa akida wa walinzi wa kifalme (Malko) amwambie achukue askari wa Kiyahudi, na wawaweke karibu na kaburi wengi kama watakavyohitaji; kisha kama chochote kitafanyika wajilaumu wenyewe na wasiwalaumu Warumi.

Msisimko mkubwa ulipoanza juu ya kaburi kuonekana tupu, nilihisi upweke wa ndani sana ambao sijawahi kuhisi wakati mwingine. Nikamwagizia huyu mtu Islamu, ambaye alinisimulia kama ninavyoweza kukumbuka hali hizi zifuatazo. Waliona nuru nyororo na nzuri juu ya hilo kaburi. Mara ya kwanza wakafikiri kwamba wale wanawake walikuwa wamekuja kuumwagia marashi mwili wa Yesu, kama ilivyo desturi yao, lakini hakuona jinsi walivyowapita wale walinzi. Fikira hizi zilipokuwa zinapita akilini mwake, tazama mahali pote paliangazwa na kulionekana kama ambaye kulikuwa na umati wa wafu katika sanda zao.

Wote walionekana kupiga kelele na waliojawa na furaha nyingi mno, huku mahali pote na juu yake kukiwa na muziki mzuri sana ambao hajawahi kusikia na hewa yote ilionekana kama ambaye ilikuwa imejaa sauti za zilizokuwa zinamsifu Mungu. Wakati huo wote kulionekana kuwa na kugeuka na kuogelea kwa dunia hivi kwamba alionekana kama mgonjwa na mdhaifu na hangeweza kusimama kwa miguu yake. Anasema dunia ilionekana kama ambayo iliogelea chini yake, na hisia zake zilimwacha, kwa hivyo hakujua kilichofanyika.

Kama tunavyosoma katika Mathayo 27:51-53, "Nchi ikatetemeka; miamba ikapasuka. Makaburi yakafunuka;

ikainuka miili mingi ya watakatifu waliolala; nao wakiisha kutoka makaburini mwao, baada ya kufufuka kwake, wakauingia mji mtakatifu, wakawatokea wengi," walinzi wa Kirumi pia walitoa ushuhuda kama huo.

Baada ya kunakili shuhuda hizo za walinzi wa Kirumi ambao walishuhudia matukio ya kiroho, Pilato alisema kufikia mwisho wa ripoti yake, "Niko karibu kusema: "Kwa kweli huyu alikuwa Mwana wa Mungu."

Mashahidi Wengi sana wa Bwana Yesu Kristo

Sio tu wanafunzi wa Yesu waliokuwa wamemtumikia wakati wa huduma yake kwa uma walikuwa mashahidi wa Injili ya Yesu Kristo. Kama tu alivyosema Yesu katika Yohana 14:13, "Nanyi mkiomba lo lote kwa jina langu, hilo nitalifanya, ili Baba atukuzwe ndani ya Mwana," mashahidi wengi sana wamepokea majibu ya maombi yao kwa Mungu na wakamshuhudia Mungu aliye hai na Bwana Yesu Kristo tangu kufufuka kwake na kupaa mbinguni.

Lakini mtapokea nguvu, akiisha kuwajilia juu yenu Roho Mtakatifu; nanyi mtakuwa mashahidi wangu katika Yerusalemu, na katika Uyahudi wote, na Samaria, na hata mwisho wa nchi (Matendo 1:8).

Nilimkubali Bwana baada ya kuponywa magonjwa yangu yote na nguvu za Mungu ambayo sayansi ya matibabu ilikuwa haijanisaidia dhidi yao kabisa. Baadaye nilipakwa mafuta nikawa mtumishi wa Bwana Yesu Kristo na nimekuwa nikihubiri injili kwa watu wote na kuonyesha ishara na maajabu.

Kama ilivyoahidiwa katika kifungu hicho cha awali, watu wengi wamekuwa wana wa Mungu kwa kumpokea Roho Mtakatifu na kutoa maisha yao kwa kuhubiri injili ya Yesu Kristo na nguvu za Roho Mtakatifu. Hivyo ndivyo jinsi injili ilivyoenea ulimwenguni kote na watu wengi sana leo wanakutana na Mungu aliye hai na kumkubali Yesu Kristo.

Enendeni ulimwenguni mwote, mkaihubiri Injili kwa kila kiumbe.. Aaminiye na kubatizwa ataokoka; asiyeamini, atahukumiwa. Na ishara hizi zitafuatana na hao waaminio; kwa jina langu watatoa pepo; watasema kwa lugha mpya; watashika nyoka; hata wakinywa kitu cha kufisha, hakitawadhuru kabisa; wataweka mikono yao juu ya wagonjwa, nao watapata afya (Marko 16:15-18).

Kanisa la Kaburi Takatifu Golgotha, Kilima cha Kalvari, kule Yerusalemu

SURA YA 2
Masihi Aliyetumwa na Mungu

Mungu Anaahidi Kumtuma Masihi

Israeli mara nyingi ilikuwa imepoteza uhuru wake na ililazimika kuteseka kutoka kwa uvamizi na utawala wa akina Uajemi na Rumi. Kupitia kwa manabii wake, Mungu alitoa ahadi nyingi juu ya Masihi ambaye alipaswa kuja kama Mfalme wa Israeli. Hakungekuwa na vyanzo vikubwa vya matumaini kwa ajili ya wale Waisraeli walioteseka kuliko ahadi za Mungu juu ya Masihi.

Maana kwa ajili yetu mtoto amezaliwa, \q1 Tumepewa mtoto mwanamume; \q2 Na uweza wa kifalme utakuwa begani mwake; \q1 Naye ataitwa jina lake, \q1 Mshauri wa ajabu, Mungu mwenye nguvu, \q2 Baba wa milele, Mfalme wa amani. Maongeo ya enzi yake na amani Hayatakuwa na mwisho kamwe, Katika kiti cha enzi cha Daudi na ufalme wake; \q1 Kuuthibitisha na kuutegemeza \q1 Kwa hukumu na kwa haki, Tangu sasa na hata milele (Isaya 9:6-7).

"Tazama siku zinakuja," asema BWANA, "Nitakapomchipushia Daudi Chipukizi la haki; naye atamiliki mfalme, atatenda kwa hekima, naye atafanya hukumu na haki katika nchi. Katika siku zake Yuda ataokolewa, na Israeli atakaa salama, na jina lake atakaloitwa ni hili, BWANA ni haki yetu (Yeremia 23:5-6).

Furahi sana, Ee binti Sayuni! Piga kelele, Ee binti

Yerusalemu! Tazama, mfalme wako anakuja kwako; Ni mwenye haki, naye ana wokovu. Ni mnyenyekevu, amepanda punda, Naam, mwana-punda, mtoto wa punda. Na gari la vita nitaliondoa liwe mbali na Efraimu, na farasi awe mbali na Yerusalemu, na upinde wa vita utaondolewa mbali; naye atawahubiri mataifa yote habari za amani; na mamlaka yake yatakuwa toka bahari hata bahari, na toka Mto hata miisho ya dunia (Zekaria 9:9-10).

Israeli imekuwa ikimngojea Masihi bila kukoma mpaka leo. Ni jambo gani linalomfanya Masihi anayengojewa na kutarajiwa na Israeli kwa hamu akawie? Wayahudi wengi wanataka jibu la swali hili lakini jibu linapatikana katika ukweli kwamba hawajui ya kuwa Masihi alikuja tayari.

Yesu Masihi Aliteseka Tu kama Isaya Alivyotabiri

Masihi ambaye Mungu aliahidi Israeli na akamtuma kweli ni Yesu. Yesu alizaliwa Bethlehemu kule Yudea kama miaka elfu mbili iliyopita na saa ilipowadia, Yesu akafa msalabani, akafufuka, na akawafunguliwa wanadamu wote njia ya wokovu. Wayahudi wa wakati wake, hata hivyo, hawakumkubali Yesu kama Masihi waliyekuwa wanamngojea. Ni kwa sababu Yesu alionekana kuwa tofauti kabisa na mfano wa Masihi waliyekuwa wanamtarajia.

Wayahudi walichoka kutoka kwa vipindi virefu vya kutawaliwa na wakoloni, na wakatarajia Masihi mwenye nguvu awakomboe kutoka kwa mapigano yao ya kisiasa. Walidhani kwamba Masihi angekuja kama Mfalme wa Israeli, akomeshe vita vyote, awakomboe kutoka kwa mateso na maonevu, na awape amani ya kweli, na awafanye wakuu juu ya mataifa yote.

Hata hivyo, Yesu hakuja hapa ulimwenguni katika fahari na ukuu wa enzi wanavyostahili wafalme bali alizaliwa kama mwana wa seremala maskini. Hata kwanza hakuja kuikomboa Israeli kutoka kwa maonevu ya Rumi au kurejesha fahari yake ya zamani. Alikuja hapa ulimwenguni kuwarejesha wanadamu ambao waliokuwa wamehukumiwa kuharibiwa tangu dhambi ya Adamu na awafanye wana wa Mungu. Kwa sababu hizi, Wayahudi hawakumkubali Yesu kama Masihi na badala yake wakamsulubisha. Tukisoma mfanano wa Masihi kama ulivyonakiliwa katika Biblia, hata hivyo, tunaweza kuthibitisha ukweli huu peke yake kwamba Masihi huyu kwa kweli ni Yesu.

Maana alikua mbele zake kama mche mwororo, na kama mzizi katika nchi kavu; yeye hana umbo wala uzuri; na tumwonapo hana uzuri hata tumtamani. Alidharauliwa na kukataliwa na watu; mtu wa huzuni nyingi, ajuaye sikitiko; na kama mtu ambaye watu humficha nyuso zao, Alidharauliwa wala hatukumhesabu kuwa kitu (Isaya 53:2-3).

Mungu aliwaambia Waisraeli kwamba Masihi, Mfalme wa Israeli, hangekuwa na umbo wala uzuri au awe mzuri hata tukimwona tumtamani, badala yake angedharauliwa na kukataliwa na wanadamu. Bado, Waisraeli walishindwa kumtambua Yesu kama Masihi ambaye Mungu alikuwa amewaahidi.

Alidharauliwa na kukataliwa na mteule wa Mungu Waisraeli, lakini Mungu alimweka Yesu Kristo juu ya mataifa yote na watu

wengi sana mpaka leo wamemkubali kama Mwokozi wao.
Kama ilivyoandikwa katika Zaburi 118:22-23, "Jiwe walilolikataa waashi limekuwa jiwe kuu la pembeni. Neno hili limetoka kwa BWANA; Nalo ni ajabu machoni petu," upaji wa wokovu wa wanadamu umetimizwa na Yesu ambaye Israeli ilimkataa.

Yesu hakuwa na maumbo ya Masihi ambaye watu wa Israeli walikuwa wanatarajia kuyaona. lakini tunaweza kuelewa kwamba Yesu ndiye Masihi ambaye Mungu alitabiri juu yake kupitia kwa manabii wake.

Kila kitu pamoja na utukufu, amani, na urejesho ambao Mungu alituahidi kupitia kwa Masihi ni wa ulimwengu wa kiroho na Yesu aliyekuja hapa ulimwenguni kutimiza kazi ya Masihi alisema, "Ufalme wangu sio wa ulimwengu huu" (Yohana 18:36).

Masihi ambaye Mungu alitabiri juu yake hakuwa mfalme mwenye mamlaka na utukufu wa kidunia. Masihi hakuwa atakuja hapa ulimwenguni ili wana wa Mungu wafurahie utajiri, umaarufu, na heshima wakati wa maisha yao ya muda hapa ulimwenguni. Alipaswa kuja kuokoa watu wake kutoka kwa dhambi zao na awaongoze kufurahia furaha ya milele na utukufu kule mbinguni milele na milele.

Na itakuwa katika siku hiyo, shina la Yese lisimamalo kuwa ishara kwa kabila za watu, yeye ndiye ambaye mataifa watamtafuta; na mahali pake pa kupumzikia patakuwa na utukufu (Isaya 11:10).

Masihi aliyeahidiwa hakupaswa kuja kwa ajili ya mteule wa

Mungu, Waisraeli tu, bali pia atimize ahadi ya wokovu kwa wote wanaokubali ahadi ya Mungu juu ya Masihi kwa imani wakifuata nyayo za imani ya Abrahamu. Kwa kifupi, Masihi alipaswa aje atimize ahadi ya Mungu ya wokovu kama Mwokozi wa mataifa yote duniani.

Hitaji la Mwokozi wa Wanadamu Wote.

Kwa nini Masihi alipaswa kuja hapa ulimwenguni sio kwa ajili ya wokovu wa watu wa Israeli bali pia wa wanadamu wote?

Katika Mwanzo 1:28, Mungu aliwabariki Adamu na Hawa na akawaambia, "Zaeni, mkaongezeke, mkaijaze nchi, na kuitiisha; mkatawale samaki wa baharini, na ndege wa angani, na kila kiumbe chenye uhai kiendacho juu ya nchi."

Baada ya kumuumba mtu wa kwanza Adamu na kumthibitisha kama bwana wa viumbe wengine wote, Mungu alimpa mtu mamalaka ya "kuitiisha" na "kuitawala" dunia. Lakini Adamu alipokula matunda ya mti wenye ujuzi wa mema na mabaya, ambao Mungu alikuwa amewakataza hasa na akafanya dhambi ya kutotii katika majaribu na nyoka aliyechochewa na Shetani, Adamu hakuweza tena kufurahia mamlaka hayo.

Walipotii neno la haki la Mungu, Adamu na Hawa walikuwa watumwa wa haki na wakafurahia mamlaka ambayo Mungu alikuwa amewapa. Lakini baada ya wao kutenda dhambi, tangu hapo walikuwa watumwa wa dhambi na shetani, na wakalazimishwa kuyaacha mamlaka hayo (Warumi 6:16). Kwa hiyo, mamlaka yote aliyopokea Adamu kutoka kwa Mungu yalipewa shetani.

Katika Luka 4, adui shetani alimjaribu Yesu mara tatu, punde tu baada ya Yesu kumaliza mfungo wa siku arobaini. Shetani alimwonyesha Yesu falme zote za ulimwengu na akamwambia, "INitakupa wewe enzi hii yote, na fahari yake, kwa kuwa imo mikononi mwangu, nami humpa ye yote kama nipendavyo. Basi, wewe ukisujudu mbele yangu yote yatakuwa yako " (Luka 4:6-7). Shetani anamaanisha kwamba "enzi na fahari yake nilipewa mimi" kutoka kwa Adamu na shetani anaweza pia kumpa mtu mwingine.

Naam, Adamu alipoteza mamlaka yote na akampa shetani, na kwa sababu hiyo akawa mtumwa wa shetani. Tangu wakati huo Adamu aliongeza dhambi juu ya dhambi chini ya udhibiti wa shetani, naye akawekwa katika njia ya mauti, ambayo ndiyo mshahara wa dhambi. Jambo hili halikuishia kwa Adamu bali liliwaathiri wazao wake wote, ambao walikuwa lazima warithi dhambi asili ya Adamu kupitia kwa athari za urithi. Pia waliwekwa chini ya mamlaka ya dhambi wakisimamiwa na ibilisi na Shetani na kuhukumiwa kifo.

Jambo hili ndilo sababu ya ulazima wa kuja kwa Masihi. Sio tu mteule wa Mungu Waisraeli, bali pia watu wote wa ulimwengu walimhitaji Masihi ambaye angeweza kuwakomboa kutoka kwa mamlaka ya ibilisi na shetani.

Sifa za Masihi

Kama vile ambavyo kuna sheria katika ulimwengu huu, pia kuna sheria na kanuni katika ulimwengu wa kiroho. Kama mtu ataanguka mautini au atapokea msamaha wa dhambi zake na apate wokovu hutegemea sheria ya ulimwengu wa kiroho.

Ni sifa gani ambazo ni lazima mtu atosheleze ili apate kuwa Masihi wa kuwaokoa wanadamu wote kutoka kwa laana za Sheria?

Kifungu kinachohusu sifa za Masihi kinapatikana katika sheria ambayo Mungu alimpa mteule wake. Sheria ilikuwa inahusu kukombolewa kwa nchi.

Nayo nchi haitauzwa kabisa kabisa; kwani nchi ni yangu mimi; maana ninyi ni wageni na wasafiri wangu. Nanyi mtatoa ukombozi kwa ajili ya nchi, katika nchi yote ya milki yenu. Kwamba nduguyo amekuwa maskini, na kuuza sehemu ya milki yake, ndipo jamaa yake aliye karibu naye atakuja, naye ataikomboa ile aliyoiuza nduguye (Walawi 25:23-25).

Sheria Inayohusu Kukombolewa kwa Nchi Ina Siri juu ya Sifa za Masihi

Mteule wa Mungu Waisraeli walishika sheria. Kwa hivyo, wakati wa masikizano ya kununua au kuuza ardhi, walifuata sheria sana juu ya kukombolewa kwa nchi iliyonakiliwa katika

Biblia. Tofauti na sheria za nchi katika nchi nyingine, sheria ya Israeli iliweka wazi katika maagano kwamba ardhi haikupaswa kuuzwa kabisa, bali ingenunuliwa tena na kurudishwa baadaye. Inatoa nafasi kwamba ndugu tajiri anaweza kukomboa ardhi kwa ajili ya mtu wa jamaa yake aliyeiuza. Kama huyo mtu hana jamaa mwenye utajiri wa kutosha kuikomboa lakini amerejesha namna zake za kutosha kuikomboa, sheria inamruhusu mwenye ardhi asili kuikomboa kwa ajili yake mwenyewe.

Basi, sheria inayohusu ukomboaji wa ardhi katika Walawi inahusiana namna gani na sifa za Masihi?

Ili tupate kuelewa vizuri zaidi, ni lazima tukumbuke ukweli kwamba mwanamume aliumbwa kwa vumbi kutoka ardhini. Katika Mwanzo 3:19, Mungu alimwambia Adamu, "kwa jasho la uso wako utakula chakula, hata utakapoirudia ardhi, ambayo katika hiyo ulitwaliwa; kwa maana u mavumbi wewe, nawe mavumbini utarudi." Na katika Mwanzo 3:23 inasema, "Kwa hiyo Bwana Mungu akamtoa katika bustani ya Edeni, ailime ardhi ambayo katika hiyo alitwaliwa."

Mungu alimwambia Adamu, "Kwa maana u mavumbi wewe," na "ardhi" kiroho inaashiria kwamba mwanadamu aliumbwa kwa vumbi kuroka ardhini. Kwa hivyo, sheria inayohusu ukomboaji wa ardhi juu ya kununua na kuuza ardhi ina uhusiano wa moja kwa moja na sheria ya ulimwengu wa kiroho ya kuhusu wokovu wa wanadamu.

Kulingana na sheria juu ya ukomboaji wa ardhi, Mungu ndiye mwenye ardhi yote na hakuna mtu anayeweza kuiuza kabisa. Kwa kauli hiyo hiyo, mamlaka yote aliyopokea Adamu kutoka kwa Mungu kiasili yalikuwa ya Mungu na kwa hivyo hakuna mtu ambaye angeweza kuiuza kabisa. Mtu akiwa maskini na kuuza ardhi yake, ardhi hiyo ilikuwa itakombolewa wakati mtu anayefaa atakapotokea. Vivyo hivyo, shetani alilazimika kurejesha mamlaka aliyopewa kutoka kwa Adamu wakati mtu aliyeweza kukomboa mamlaka hayo alipotokea.

Kwa misingi ya sheria ya ukomboaji wa ardhi, Mungu wa upendo na haki alimtayarisha mtu ambaye angerejesha mamlaka yote ambayo Adamu alimpatia Ibilisi. Mtu huyo ni Masihi, na Masihi ni Yesu Kristo ambaye alikuwa ametayarishwa tangu milele na akatumwa na Mungu mwenyewe.

Sifa za Mwokozi na Kutimizwa Kwao na Yesu Kristo

Hebu natuchunguze ni kwa nini Yesu ndiye Masihi na Mwokozi wa wanadamu wote kwa misingi ya sheria ya ukomboaji wa ardhi.

Kwanza, kama tu mkombozi wa ardhi lazima awe jamaa, Mwokozi pia lazima awe mtu wa kukomboa wanadamu kutoka kwa dhambi zao kwa sababu wanadamu wote walikuwa wenye dhambi kupitia kwa dhambi ya mtu wa kwanza Adamu. Walawi 25:25 inatwambia, "Kwamba nduguyo amekuwa maskini, na kuuza sehemu ya milki yake, ndipo jamaa yake aliye karibu naye atakuja, naye ataikomboa ile aliyoiuza nduguye." Kama mtu hangeweza tena kuwa na ardhi yake na akaiuza, jamaa yake wa karibu angeinunua tena na kuirudisha. Kwa njia hiyo hiyo, kwa sababu mtu wa kwanza Adamu alifanya dhambi na mamlaka aliyopewa na Mungu akampa Ibilisi, ukombozi wa mamlaka aliyompa ibilisi unaweza na ni lazima utimizwe na mtu "jamaa wa karibu" wa Adamu.

Kama tunavyoona katika 1 Wakorintho 15:21, "Maana kwa kuwa mauti ililetwa na mtu, kadhalika na kiyama ya wafu ililetwa na mtu," Biblia inathibitisha tena kwetu kwamba ukombozi wa wenye dhambi unaweza kukamilishwa na mtu peke yake si malaika au wanyama. Wanadamu waliwekwa katika njia ya mauti kwa sababu ya dhambi ya Adamu mtu wa kwanza, mtu mwingine alilazimika kuwakomboa kutoka katika dhambi zao, na ni mtu mwenzao, "jamaa wa karibu" wa Adamu angeweza kuvifanya.

Ingawa Yesu alikuwa na asilia ya mwanadamu na pia asilia ya kiungu kama Mwana wa Mungu, alizaliwa na mwanadamu ili aweze kuwa kuwaokoa wanadamu kutoka kwa dhambi zao (Yohana 1:14) na akaweza kukua. Kama mwanadamu, Yesu alilala na akahisi njaa na kiu, furaha na huzuni. Alipoangikwa msalabani, Yesu alitokwa na damu na akahisi maumivu yaliyoambatana nayo.

Hata katika muktadha wa kihistoria, kuna kipande cha uthibitisho usioweza kukanushwa unaothibitisha ukweli kwamba Yesu alikuja ulimwenguni kama mwanadamu. Kuzaliwa kwa Yesu kukiwa mahali pa kuanzia, historia ya ulimwengu imegawanywa mara mbili: "K.K." na "B.K." "K.K." au "Kabla ya Kristo" inaashiria kipindi kabla ya kuzaliwa kwa Yesu na "B.K." au "Anno Domini" ("Katika Mwaka wa Bwana Wetu") inaashiria wakati tangu kuzaliwa kwa Yesu. Ukweli huu unathibitisha kwamba Yesu alikuja duniani kama mtu. Kwa hivyo, Yesu anatosheleza sifa ya kwanza ya Mwokozi kwa sababu alikuja hapa ulimwenguni kama mtu.

Pili, kama tu mkombozi wa ardhi hangeweza kukomboa ardhi akiwa maskini, mzao wa Adamu hawezi kukomboa wanadamu kutoka kwa dhambi zao kwa sababu Adamu alitenda dhambi na wazao wake wote wana dhambi asili. Mtu wa kuwa Mwokozi wa wanadamu wote ni lazima asiwe mzao wa Adamu.

Ndugu akitaka kulipa deni la dadake, yeye mwenyewe lazima awe hana deni lolote. Kwa njia hiyo hiyo, mtu wa kuwakomboa wengine kutoka kwa dhambi zao lazima pia awe hana dhambi. Kama mkombozi ana dhambi, anajipata mwenyewe kuwa mtumwa wa dhambi. Basi, anawezaje kuwakomboa wengine kutoka kwa dhambi zao?

Baada ya Adamu kufanya dhambi ya kutotii, wazao wake wote wamekuwa wakizaliwa na dhambi asili. Kwa hivyo, hakuna mzao wa Adamu angeweza kuwa Mwokozi.

Kusema kibinadamu, Yesu ni mtu wa uzao wa Daudi na wazazi wake ni Yusufu na Maryamu. Mathayo 1:20, hata hivyo, inatwambia, "Mimba yake ni kwa uweza wa Roho Mtakatifu."

Sababu ya kuwa kila mtu anazaliwa na dhambi asili ni kwa kuwa anarithi sifa za dhambi za wazazi wake kupitia kwa mbegu za babake na yai la mamake. Lakini, Yesu hakutungwa kutoka kwa mbegu za Yusufu na yai la Maryamu lakini alitungwa kwa uwezo wa Roho Mtakatifu. Ilikuwa kwa sababu Maryamu alitunga mimba kabla ya kulala na Yusufu. Mungu mwenyezi anaweza kufanya mtoto atungwe kwa uwezo wa Roho Mtakatifu bila muungano wa mbegu za mume na yai la mke.

Yesu "aliomba" tu mwili wa bikira Mariamu. Kwa kuwa

alitungwa kwa uwezo wa Roho Mtakatifu, Yesu hakurithi sifa zozote za hao wenye dhambi. Kwa kuwa Yesu si wa uzao wa Adamu na hana dhambi ya asili, pia anatosheleza sifa ya pili ya Mwokozi.

Tatu, kama vile mkombozi wa ardhi lazima awe na utajiri wa kutosha kukomboa ardhi, Mwokozi wa wanadamu wote lazima awe na uwezo wa kumshinda Ibilisi na awaokoe wanadamu kutoka kwa Ibilisi. Walawi 25:26-27 inatwambia, "Na kama mtu hana atakayeikomboa, naye mwenyewe amepata mali na kujiona kuwa anayo ya kutosha kuikomboa; ndipo na aihesabu hiyo miaka ya kuuzwa kwake, na kilichozidi kumrudishia huyo mtu aliyeinunua; naye atairejea milki yake." Kwa maneno mengine, ili mtu aweze kununua ardhi airudishe, ni lazima awe na "namna" ya kufanya hivyo.

Kuwaokoa wafungwa wa vita kunahitaji kwamba upande mmoja uwe na uwezo wa kumshinda adui na kulipa deni la wengine kunahitaji kwamba huyo mtu awe na uwezo wa kifedha. Kwa njia hiyo hiyo, kuwakomboa wanadamu wote kutoka kwenye mamlaka ya ibilisi kunahitaji kwamba huyo Mwokozi awe na uwezo wa kumshinda ibilisi ili awaokoe kutoka kwake.

Kabla kutenda dhambi, Adamu alikuwa na uwezo wa kutawala viumbe wote, lakini baada ya kutenda dhambi, Adamu alikuwa chini ya mamlaka ya ibilisi. Kutoka kwa hili tunaweza kuhitimisha kwamba uwezo wa kumshinda ibilisi hutoka katika hali ya kutotenda dhambi.

Yesu Mwana wa Mungu alikuwa hana dhambi kabisa. Kwa

sababu Yesu alitungwa na Roho Mtakatifu na wala sio mtu wa uzao wa Adamu, alikuwa hana dhambi ya asili. Zaidi ya hayo, kwa sababu alishika tu Sheria ya Mungu peke yake katika maisha yake yote, Yesu hakufanya dhambi yoyote. Kwa sababu hii, Mtume Petro alisema kwamba Yesu "Yeye hakutenda dhambi, wala hila haikuonekana kinywani mwake. Yeye alipotukanwa, hakurudisha matukano; alipoteswa, hakuogofya; bali alijikabidhi kwake yeye ahukumuye kwa haki" (1 Petro 2:22-23).

Kwa kuwa hakuwa na dhambi yoyote, Yesu alikuwa na uwezo na mamlaka ya kumshinda ibilisi na alikuwa na uwezo wa kuokoa wanadamu kutoka kwa ibilisi. Madhihirisho yake mengi sana ya ishara za miujiza na maajabu ni ushahidi wa haya. Yesu aliponya watu wagonjwa, akatoa pepo, akawafanya vipofu waone, viziwi wasikie, na viwete watembee. Yesu alituliza hara bahari iliyokuwa imechafuka na akafufua wafu.

Ukweli kwamba Yesu hakuwa na dhambi ulithibitishwa tena bila shaka yoyote na kufufuka kwake. Kulingana na sheria ya ulimwengu wa kiroho, wenye dhambi lazima wauawe (Warumi 6:23). Hata hivyo, kwa sababu hakuwa na dhambi, Yesu hakuwekwa chini ya uwezo wa mauti. Alikata roho msalabani na mwili wake ukazikwa katika kaburi, lakini siku ya tatu akafufuka.

Kumbuka kwamba mababu wa imani kama Enoki na Eliya waliinuliwa juu mbinguni wakiwa hai bila kufa kwa sababu hawakuwa na dhambi na wakatakaswa kabisa. Vivyo hivyo, siku ya tatu baada ya kuzikwa, Yesu alivunjavunja mamlaka ya ibilisi na Shetani kupitia kwa kufufuka kwake, na akawa Mwokozi wa wanadamu wote.

Nne, kama vile mkombozi wa ardhi ambavyo ni lazima awe na upendo ndipo aweze kumkombolea jamaa yake ardhi, Mwokozi wa wanadamu lazima pia awe na upendo ambao kwa huo angeweza kutoa uhai wake kwa ajili ya wengine.

Hata kama Mwokozi anatosheleza sifa tatu za kwanza zilizotajwa awali lakini hana upendo, hangeweza kuwa Mwokozi wa wanadamu wote. Tuseme ndugu ana deni la $100,000 na dadake ni milionea mkubwa. Bila upendo, huyo dadake hataweza kulipa deni la ndugu yake na utajiri wake mkubwa hauna maana yoyote kwa huyo ndugu yake.

Yesu alikuja ulimwenguni kama mwanadamu, alikuwa si wa uzao wa Adamu, na alikuwa na uwezo wa kumshinda ibilisi na kuwaokoa wanadamu kutoka kwa ibilisi kwa sababu hakuwa na dhambi kamwe. Hata hivyo, kama angekosa upendo, Yesu hangekuwa amewakomboa wanadamu kutoka kwa dhambi zao. "Ukombozi alioutoa Yesu kwa wanadamu kutoka kwa dhambi zao" maanake ni kwamba alipaswa kupokea adhabu ya kifo kwa niaba yao. Ili Yesu aweze kuwakomboa wanadamu kutoka kwa dhambi zao, alilazimika kusulubishwa kama mmoja wapo wa wenye dhambi wabaya zaidi ulimwenguni, ateseke kila aina dhihaka na matusi, na kumwaga maji yake yote na damu hadi kufa. Kwa sababu ya upendo wa Yesu wenye ari kwa wanadamu na alikuwa anapenda kukomboa wanadamu kutoka kwa dhambi zao, hata hivyo, Yesu mwenyewe hakujihusisha na adhabu ya kusulubishwa.

Ni kwa nini basi, Yesu alilazimika kuangikwa juu ya msalaba wa mbao na kumwaga damu yake hadi kufa? Kama Kumbukumbu la Torati 21:23 inavyotwambia, "Aliyetundikwa amelaaniwa na Mungu," na kulingana na sheria ya ulimwengu wa kiroho kuamuru kwamba "Mshahara wa dhambi ni mauti," Yesu aliangikwa mtini kuwakomboa wanadamu wote kutoka kwa laana ya dhambi ambayo walikuwa wamefungwa nayo.

Zaidi ya hayo, kama Walawi 17:11 inavyosema, "Kwa kuwa uhai wa mwili u katika hiyo damu; nami nimewapa ninyi hiyo damu juu ya madhabahu, ili kufanya upatanisho kwa ajili ya nafsi zenu; kwani ni hiyo damu ifanyayo upatanisho kwa sababu ya nafsi," hakuna msamaha wa dhambi bila kumwaga damu..

Kwa kweli, Walawi inatwambia kwamba unga safi ungeweza kutolewa kwa Mungu badala ya dambu ya wanyama. Hatua hii, hata hivyo, ilikuwa kwa wale waliokuwa hawajimudu kutoa wanyama. Haikuwa aina ya sadaka ya damu ambayo Mungu alikuwa anapendezwa nayo. Yesu alitukomboa kutoka kwa dhambi zetu kwa kuangikwa juu ya msalaba wa mbao na kumwaga damu juu yake hadi kufa.

Ni ajabu sana kwamba upendo wa Yesu ni kwamba Yesu alimwaga damu yake msalabani na akafungua njia ya wokovu kwa wale walimdhihaki na kumsulubisha, hata ingawa aliponya watu waliokuwa na kila aina ya magonjwa, akafungua vifungo vya uovu, na akafanya mazuri pekee?

Kwa misingi ya sheria ya ukomboaji wa ardhi, tunahitimisha kwamba ni Yesu peke yake anayetosheleza sifa za Mwokozi anayeweza kukomboa wanadamu kutoka kwa dhambi zao.

Njia ya Wokovu wa Wanadamu Ilitayarishwa Kabla ya Nyakati

Njia ya wokovu wa wanadamu ilifunguliwa wakati Yesu

alipokufa msalabani na akafufuka siku ya tatu baada ya kuzikwa na kuvunjavunja mamlaka ya mauti. Kuja kwa Yesu hapa ulimwenguni kutimiza upaji wa wokovu wa wanadamu na kuwa Masihi wa wanadamu kulitabiriwa wakati uleule Adamu alipofanya dhambi.

Katika Mwanzo 3:15, Mungu akamwambia nyoka aliyemjaribu mwanamke, "Nami nitaweka uadui kati yako na huyo mwanamke, na kati ya uzao wako na uzao wake; huo utakuponda kichwa, na wewe utamponda kisigino." Hapa, "mwanamke" kiroho anaashiria mteule wa Mungu Israeli na "nyoka" anaashiria adui ibilisi na Shetani wanaompinga Mteule wa Mungu. Wakati uzao wa "mwanamke" "ungemponda [nyoka] kichwani," inamaanisha kwamba Mwokozi wa wanadamu angekuja kati ya Waisraeli na kushinda uwezo wa mauti ya adui Ibilisi.

Nyoka huwa mdhaifu mara tu kichwa chake kinapojeruhiwa. Kwa njia hiyo hiyo, wakati Mungu alipomwambia nyoka kwamba uzao wa mwanamke ungemponda nyoka kichwani, alitabiri kwamba Kristo wa wanadamu angezaliwa Israeli na ataharibu mamlaka ya ibilisi na Shetani na kuwaokoa wenye dhambi waliofungwa na mamlaka yao.

Kwa kuwa alijua jambo hili, ibilisi alitafuta kuua uzao wa mwanamke kabla hajamjeruhi kichwa chake. Hivyo ndivyo jinsi ibilisi alivyoamini kwamba angefurahia milele mamlaka aliyopewa kutoka kwa Adamu mwasi tu peke yake kama angeua uzao wa mwanamke. Adui ibilisi, hata hivyo, hakujua mzao wa mwanamke angekuwa nani na kwa hivyo akaanza kupanga kuwaua waaminifu na wapendwa wa Mungu manabii tangu nyakati za Agano la Kale. Musa alipozaliwa, adui ibilisi alimchochea Farao wa Misri awaue watoto wote wa kiume waliozaliwa na wanawake wa Israeli (Kutoka 1:15-22), na Yesu alipokuja ulimwenguni katika mwili, akausukuma moyo wa Mfalme Herode na akamwacha awaue watoto wa kiume waliokuwa Bethlehemu na kandokando yake, kuanzia miaka miwili kwenda chini. Kwa sababu hiyo, Mungu aliifanyia kazi jamaa ya Yesu na akawaongoza wakimbilie Misri.

Baadaye Yesu alikuwa katika utunzaji wa Mungu Mwenyewe, na akaanza huduma yake katika umri wa miaka 30. Kulingana na mapenzi ya Mungu, Yesu alienda katika Galilaya yote, akifundisha katika masinagogi yao, na kuponya kila aina ya magonjwa na kila aina ya udhaifu kati ya watu, akifufua wafu, na kuhubiri injili ya ufalme wa mbinguni kwa maskini.

Ibilisi na Shetani walimchochea makuhani wakuu, waandishi, na Mafarisayo, na wakaanza kupanga njia za kumwua Yesu kupitia kwa wao. Lakini watu waovu hawangeweza hata kumgusa mpaka wakati aliochagua Mungu ulipofika. Ni kufikia mwisho wa huduma ya Yesu ya miaka mitatu peke yake ndipo Mungu alipowaruhusu kumshika na kumsulubisha Yesu kutimiza upaji wa wokovu wa wanadamu kupitia kwa kusulubishwa kwa Yesu.

Kushindwa na shinikizo kutoka kwa Wayahudi, Liwali wa Kirumi Pontio Pilato alimhukumu Yesu kusulubishwa, na kwa hivyo askari wa Kirumi wakamvika Yesu taji ya miiba na wakamgongomea misumari kupitia mikono yake na miguu yake hadi msalabani.

Kusulubishwa kulikuwa moja wapo ya njia ya kikatili zaidi ya kumwua mhalifu. Wakati ibilisi alipokuwa amefaulu kumfanya Yesu asulubishwe kwa njia hiyo ya kikatili na watu waovu, ni lazima awe alifurahi sana! Alitarajia kwamba hakuna mtu au kitu kingine chochote ambacho kinaweza kuzuia utawala wake juu ya ulimwengu, na akaimba nyimbo za furaha na kucheza. Lakini upaji wa Mungu ulikuwa utapatikana hapa.

Bali twanena hekima ya Mungu katika siri, ile hekima iliyofichwa, ambayo Mungu aliiazimu tangu milele, kwa utukufu wetu; ambayo wenye kuitawala dunia hii hawaijui hata mmoja; maana kama wangaliijua, wasingalimsulibisha Bwana wa utukufu (1 Wakorintho 2:7-8).

Kwa kuwa Mungu ni wa haki, hatekelezi mamlaka kamilifu hadi kufikia mahali pa kuvunja sheria lakini hufanya kila kitu kulingana na sheria ya ulimwengu wa kiroho. Kwa hivyo, alikuwa amefanya njia ya wokovu wa wanadamu kabla vipindi vya nyakati kuja kulingana na sheria ya Mungu.

Kulingana na sheria ya ulimwengu wa kiroho, inayosema "mshahara wa dhambi ni mauti" (Warumi 6:23), kama mtu hafanyi dhambi hawezi kufikia kifo. Hata hivyo, ibilisi alimsulubisha asiyekuwa na dhambi, asiye na mawaa, wala madoadoa, Yesu. Kwa hivyo ibilisi alivunja sheria ya ulimwengu wa kiroho na alilazimika kulipa adhabu kwa kurudisha mamlaka ambayo Adamu alikuwa amempa baada ya kufanya dhambi ya kutotii. Kwa maneno mengine, ibilisi sasa alilazimika kuachilia mshiko wao juu ya watu wote ambao wangemkubali Yesu kama Mwokozi wao na kuamini jina lake.

Kama adui ibilisi angejua hekima hii ya Mungu, hangekuwa

amemsulubisha Yesu. Hata hivyo kwa sababu hakuwa na habari ya siri hiyo, alimwua Yesu asiyekuwa na dhambi, na akashikilia imani kwamba angehakikisha ameushika ulimwengu milele. Lakini kihalisi ibilisi aliingia katika mtego wake mwenyewe, na akaishia kuvunja sheria ya ulimwengu wa kiroho. Hekima ya Mungu ni ya ajabu!

Ukweli ni kwamba adui ibilisi alikuwa chombo katika kutimiza upaji wa Mungu wa wokovu wa wanadamu na kama ilivyotabiriwa katika Mwanzo kichwa chake "kikapondwa" na uzao wa mwanamke.

Kwa upaji wa Mungu na hekima yake, Yesu asiye dhambi alikufa ili awakomboe wanadamu wote kutoka kwa dhambi zao, kwa kufufuka siku ya tatu, alivunjavunja mamlaka ya kifo ya adui ibilisi na akawa Mfalme wa wafalme na Bwana wa mabwana. Akafungua mlango wa wokovu ili tuweze kuhesabiwa haki kupitia kwa imani katika Yesu Kristo.

Kwa hivyo, watu wengi sana wasiohesabika katika historia yote ya wanadamu wameokolewa kupitia kwa imani katika Yesu Kristo na wengine wengi leo wanamkubali Bwana Yesu Kristo.

Kumpokea Roho Mtakatifu kupitia kwa Imani katika Yesu Kristo

Kwa nini tunapokea wokovu tunapomwamini Yesu Kristo? Tunapomkubali Yesu Kristo kama Mwokozi wetu, tunampokea Roho Mtakatifu kutoka kwa Mungu. Tunapompokea Roho Mtakatifu, roho zetu, ambazo zilikuwa zimekufa, zinafufuliwa. Kwa kuwa Roho Mtakatifu ndio nguvu na moyo wa Mungu, Roho Mtakatifu huwaongoza watoto wa Mungu waufikie ukweli na kuwasaidia kuishi kwa mapenzi ya Mungu.

Kwa hivyo, wale wanaomwamini Yesu Kristo kweli awe Mwokozi wao watafuata matakwa ya Roho Mtakatifu na wanajitahidi kuishi kwa neno la Mungu. Watajiondolea chuki, hasira kali, wivu, husuda, kuhukumu na kuwahesabia wengine hatia, na uzinzi, na badala yae watembee katika wema na kweli na kuwaelewa wengine na kuwatumikia na kuwapenda.

Kama nilivyotaja awali, mtu wa kwanza Adamu alipofanya dhambi kwa kula matunda ya mti wa ujuzi wa mema na mabaya, roho iliyokuwa ndani ya mtu ilikufa na mtu akawekwa katika njia ya uharibifu. Lakini tunapompokea Roho Mtakatifu, roho zetu zilizokufa hufufuliwa na jinsi tunavyotafuta matakwa ya Roho Mtakatifu na kutembea katika neno la kweli la Mungu, polepole tunakuwa watu wa kweli na tunarejesha mfano wa Mungu uliopotea.

Tunapotembea katika neno la kweli la Mungu, imani yetu itatambuliwa kama "imani ya kweli," na kwa sababu dhambi zetu zitasafishwa na damu ya Yesu kulingana na matendo yetu ya imani, tunaweza kupokea wokovu. Kwa sababu hiyo, 1 Yohana 1:7 inatwambia, "Bali tukienenda nuruni, kama yeye alivyo katika nuru, twashirikiana sisi kwa sisi, na damu yake Yesu, Mwana wake, yatusafisha dhambi yote."

Hivi ndivyo tunavyoufikia wokovu kwa imani baada ya kupokea msamaha wa dhambi. Hata hivyo, tukitembea katika dhambi ungamo letu la imani, ungamo hilo ni uongo, na kwa hivyo, damu ya Bwana wetu Yesu Kristo haiwezi kutukomboa kutoka kwa dhambi zetu wala hawezi kutupa kibali cha wokovu.

Kwa kweli, ni hadithi tofauti kwa watu ambao wamempokea Yesu Kristo tu hivi karibuni. Hata kama hawajaanza kutembea katika kweli, Mungu ataipeleleza mioyo yao, imani kwamba watabadilishwa, na kuwaongoza katika wokovu wanapojitahidi kuenenda kuelekea katika kweli.

Yesu Anatimiza Unabii

Neno la Mungu juu ya Masihi lililotabiriwa kupitia kwa manabii lilitimizwa na Yesu. Kila kipengele cha maisha ya Yesu, kuanzia kuzaliwa kwake na huduma hadi kifo chake na kusulubishwa na kufufuka, kilikuwa katika upaji wa Mungu ili awe Masihi na Mwokozi wa wanadamu wote.

Yesu Aliyezaliwa na Bikira kule Bethlehemu

Mungu alitabiri kuzaliwa kwa Yesu kupitia kwa Nabii Isaya. Katika wakati aliochagua Mungu, uwezo wa Mungu Aliye Juu ya Vyote ulimshukia mwanamke msafi aliyeitwa Maryamu kule Nazareti katika Galilaya na punde akapata mimba.

Kwa hiyo Bwana mwenyewe atawapa ishara. Tazama, bikira atachukua mimba, atazaa mtoto mwanamume, naye atamwita jina lake Imanueli (Isaya 7:14).

Kama tu alivyowaahidi watu wa Israeli, "Hakutakuwa na mwisho kwa ukoo wa kifalme katika Nyumba ya Daudi," alimfanya Masihi atoke kwa mwanamke aliyeitwa Maryamu, ambaye alikuwa tayari kuolewa kwa Yusufu, mtu wa uzao wa Daudi. Kama uzao wa Adamu aliyezaliwa na dhambi asili hangeweza kuwakomboa wanadamu kutoka kwa dhambi zao, Mungu alitimiza unabii kwa kumfanya bikira Maryamu amzae

Yesu kabla yeye na Yusufu kuoana.

Bali wewe, Bethlehemu Efrata, uliye mdogo kuwa miongoni mwa elfu za Yuda; kutoka kwako wewe atanitokea mmoja atakayekuwa mtawala katika Israeli; ambaye matokeo yake yamekuwa tangu zamani za kale, tangu milele (Mika 5:2).

Biblia ilitabiri kwamba Yesu angezaliwa Bethlehemu. Kwa kweli, Yesu alizaliwa Bethlehemu kule Yudea wakati wakati wa Mfalme Herode (Mathayo 2:1), na historia inathibitisha tukio hili.

Yesu alipozaliwa, Mfalme Herode aliogopa tishio juu ya utawala wake, na akajaribu kumwua Yesu. Kwa sababu hakuweza kumpata mtoto, hata hivyo, Mfalme Herode aliua watoto wote wa kiume kule Bethlehemu na kandokando yake, kuanzia umri wa miaka miwili kwenda chini na kwa hivyo kulikuwa na kilio na maombolezo katika eneo lote.

Kama Yesu hakuja hapa ulimwenguni kama Mfalme wa Kweli wa Wayahudi, kwa nini mfalme alilazimika kuwaua watoto wengi sana ili amwue mtoto mmoja tu? Janga hili lilifanywa kwa sababu adui ibilisi alitafuta kumwua Masihi kwa kuogopa kupoteza utawala juu ya ulimwengu akauchochea moyo wa Mfalme Herode aliyeogopa kupoteza taji na akamwacha afanye ukatili huo.

Yesu Anatoa Ushuhuda wa Mungu Aliye Hai.

Kabla ya kuanza huduma yake, Yesu aliitii Sheria yote kwa

hiyo miaka 30 ya maisha yake. Na alipokuwa mtu mzima wa kutosha kuwa kuhani, alianza kutekeleza huduma yake ya kuwa Masihi kama ilivyopangwa kabla vipindi vya nyakati.

Roho ya Bwana MUNGU i juu yangu; kwa sababu BWANA amenitia mafuta niwahubiri wanyenyekevu habari njema; amenituma ili kuwaganga waliovunjika moyo, kuwatangazia mateka uhuru wao, na hao waliofungwa habari za kufunguliwa kwao. Kutangaza mwaka wa Bwana uliokubaliwa, na siku ya kisasi cha Mungu wetu; kuwafariji wote waliao; kuwaagizia hao waliao katika Sayuni, wapewe taji ya maua badala ya majivu, mafuta ya furaha badala ya maombolezo, vazi la sifa badala ya roho nzito. Wapate kuitwa miti ya haki, iliyopandwa na \nd Bwana, ili atukuzwe (Isaya 61:1-3).

Kama tunavyoona katika unabi hapo juu, Yesu alisuluhisha matatizo yote ya maisha kwa uwezo wa Mungu na akawatia moyo walio vunjika moyo. Na wakati aliochagua Mungu ulipofika, Yesu aliingia Yerusalemu kupitia mateso

Furahi sana, Ee binti Sayuni! Piga kelele, Ee binti Yerusalemu! Tazama, mfalme wako anakuja kwako; Ni mwenye haki, naye ana wokovu. Ni mnyenyekevu, amepanda punda, Naam, mwana-punda, mtoto wa punda (Zekaria 9:9).

Kulingana na unabii wa Zekaria, Yesu aliingia mjini Yerusalemu akiendesha mwanapunda. Makundi ya watu yakapaza sauti, "Hosana, Mwana wa Daudi; ndiye mbarikiwa, yeye ajaye kwa jina la Bwana; Hosana juu mbinguni!" (Mathayo 21:9), na kukawa na msisimuko mjini kote. Watu walifurahi namna hiyo kwa sababu Yesu alidhihirisha ishara na maajabu kama kutembea juu ya maji na kufufua wafu. Hata hivyo, punde tu, makundi hayo yangemsaliti na kumsulubisha.

Walipoona jinsi makundi makubwa yalivyomfuata Yesu ili wasikie maneno yake yenye mamlaka na kuona madhihirisho ya nguvu za Mungu, makuhani, Mafarisayo, na Waandishi walihisi kwamba hadhi yao katika jamii imetishiwa. Kutoka kwa chuki kali waliyokuwa nayo dhidi ya Yesu walipanga kumwua Watoa kila aina ya ushahidi wa uongo dhidi ya Yesu na wakamshitaki kwa kudanganya watu na kuwachochea. Yesu alidhihirisha kazi za ajabu za nguvu za Mungu ambazo hazingeweza kufanywa bila Mungu mwenyewe kuwa pamoja naye, lakini wajaribu kumwua Yesu.

Mwishowe, mmoja kati ya wanafunzi wa Yesu alimsaliti na makuhani wakamlipa vipande thelathini vya fedha kwa kuwasaidia kumshika Yesu. Unabii wa Zekaria juu ya vipande thelathini vya fedha vya ujira, akisema, "Basi nikavitwaa vile vipande thelathini vya fedha, nikamtupia huyo mfinyanzi," ukatimia (Zekaria 11:12-13).

Baadaye yule mtu aliyemsaliti Yesu kwa vipande thelathini vya fedha, alishindwa kuvumilia hisia za hatia, na akavitupa vile vipande thelathini vya fedha mahali patakatifu hekaluni, lakini makuhani wakatumia pesa hizo kununulia "shamba la mfinyanzi" (Mathayo 27:3-10).

Mateso na Kifo cha Yesu.

Kama Nabii Isaya alivyotabiri, Yesu alipitia hayo mateso ili awaokoe watu wote. Kwa sababu Yesu alikuja hapa ulimwenguni kutimiza upaji wa Mungu wa kuwakomboa watu wake kutoka kwa dhambi zao, aliangikwa akafa juu ya msalaba wa mbao ambao ulikuwa alama ya laana na akatolewa sadaka kwa Mungu kama sadaka ya kuteketezwa ya makosa kwa ajili ya wanadamu.

Hakika ameyachukua masikitiko yetu, amejitwika huzuni zetu; lakini tulimdhania ya kuwa amepigwa. Bali alijeruhiwa kwa makosa yetu, Alichubuliwa kwa maovu yetu; adhabu ya amani yetu ilikuwa juu yake, na kwa kupigwa kwake sisi tumepona. Sisi sote kama kondoo tumepotea; kila mmoja wetu amegeukia njia yake mwenyewe; na Bwana ameweka juu yake maovu yetu sisi sote. Alionewa, lakini alinyenyekea, wala hakufunua kinywa chake; kama mwana-kondoo apelekwaye machinjoni, na kama vile kondoo anyamazavyo mbele yao wakatao manyoya yake. Kwa kuonewa na kuhukumiwa aliondolewa; na maisha yake ni nani atakayeisimulia? Maana amekatiliwa mbali na nchi ya walio hai; alipigwa kwa sababu ya makosa ya watu wangu. Wakamfanyia kaburi pamoja na wabaya; na pamoja na matajiri katika kufa kwake; ingawa hakutenda jeuri, wala hapakuwa na hila kinywani mwake. Lakini Bwana aliridhika kumchubua; amemhuzunisha; utakapofanya nafsi yake kuwa dhabihu kwa dhambi, Ataona uzao wake, ataishi siku nyingi, na mapenzi ya Bwana yatafanikiwa mkononi mwake (Isaya 53:4-10).

Nyakati za Agano la Kale, damu ya wanyama ilitolewa kwa Mungu kila wakati mtu alipomfanyia dhambi Mungu. Lakini

Yesu alimwaga damu yake safi ambayo ilikuwa haina dhambi asili wala dhambi alizozifanya mwenyewe na "akatoa sadaka moja kwa ajili ya dhambi kwa ajili ya wakati wote" ili wanadamu wote waweze kupokea msamaha wa dhambi zao na waingie katika uzima wa milele (Waebrania 10:11-12). Hivyo basi akafungua njia ya msamaha wa dhambi na wokovu kupitia kwa imani katika Yesu Kristo na hatuna haja tena ya kutoa sadaka damu za wanyama.

Yesu alipokata roho pale msalabani, pazia ya hekalu ilipasuka mara mbili kuanzia juu hadi chini (Mathayo 27:51). Pazia ya hekalu ilikuwa shuka kubwa iliyotenga Mahali Patakatifu sana na Mahali Patakatifu katika hekalu, na watu wa kawaida wangeweza kuingia Mahali Patakatifu. Ni kuhani mkuu peke yake angeweza kuingia Mahali Patakatifu sana mara moja kwa mwaka.

Ukweli kwamba "pazia ya hekalu ilipasuka mara mbili kuanzia juu hadi chini" inaashiria kwamba alipojitoa sadaka kama fidia Yesu aliharibu ukuta wa dhambi uliosimama kati ya Mungu na sisi. Katika nyakati za Agano la Kale, makuhani wakuu walilazimika kutoa sadaka kwa Mungu kwa ajili ya ukombozi wa watu wa Israeli kutoka kwa dhambi zao na wakamwomba Mungu kwa niaba yao. Sasa kwa sababu ukuta wa dhambi uliotuzuia tusimfikie Mungu uliharibiwa, sisi wenyewe tunaweza kuwasiliana na Mungu. Kwa maneno mengine, mtu yeyote anayemwamini Yesu Kristo anaweza kuingia hekalu takatifu la Mungu na kumwabudu na kumwomba hapo.

Kwa hiyo nitamgawia sehemu pamoja na wakuu, naye atagawanya nyara pamoja nao walio hodari; kwa sababu alimwaga nafsi yake hata kufa, akahesabiwa pamoja na hao wakosao. Walakini alichukua dhambi za watu wengi, na kuwaombea wakosaji (Isaya 53:12).

Kama tu Nabii Isaya alivyonakili juu ya Mateso na Kusulibishwa kwa Masihi, Yesu alikufa msalabani kwa ajili ya dhambi za watu wote lakini alihesabiwa pamoja na wakosaji. Hata alipokuwa anakufa msalabani, alimwomba Mungu awasamehe wale waliokuwa wanamsulubisha.

Baba, uwasamehe, kwa kuwa hawajui watendalo (Luka 23:34).

Alipokufa msalabani, unabii wa Mtunzi wa Zaburi, "Huihifadhi mifupa yake yote, haukuvunjika hata mmoja" (Zaburi 34:20) ulitimizwa. Tunaweza kupata kutimia kwake katika Yohana 19:32-33, "Basi askari wakaenda, wakamvunja miguu wa kwanza, na wa pili, aliyesulibiwa pamoja naye. Lakini walipomjia Yesu na kuona ya kuwa amekwisha kufa, hawakumvunja miguu."

Yesu Anatimiza Huduma Yake kwa ajili ya Kuwa Masihi

Yesu alizichukua dhambi za wanadamu juu ya msalaba na akawafia kama sadaka ya dhambi, lakini utimiaji wa upaji wa wokovu haukupitia kifo cha Yesu.

Kama ilivyotabiriwa katika Zaburi 16:10, "Maana

hutakuachia kuzimu nafsi yangu, wala hutamtoa mtakatifu wako aone uharibifu," na katika Zaburi 118:17, "Sitakufa bali nitaishi, nami nitayasimulia matendo ya BWANA," mwili wa Yesu haukuoza na alifufuka siku ya tatu.

Kama ilivyotabiriwa zaidi katika Zaburi 68:18, "Wewe umepaa juu, umeteka mateka, Umepewa vipawa katikati ya wanadamu; Naam, hata na wakaidi, BWANA Mungu akae nao," Yesu alipaa mbinguni na amekuwa akingojea siku za mwisho ambapo atakamilisha ukuzaji wa wanadamu na aongoze watu wake kuwaingiza mbinguni.

Inakumbukwa kirahisi jinsi kila kitu ambacho Mungu alitabiri juu ya Masihi kupitia kwa manabii wake kimetimia kikamilifu kupitia kwa Yesu Kristo.

Kifo cha Yesu na Unabii unaohusu Israeli

Mteule wa Mungu Israeli ilishindwa kumtambua Yesu kama Masihi. Bado, Mungu hajawaacha watu aliowachagua na anakamilisha upaji wake leo wa wokovu wa Israeli.

Hata kupitia kusulubishwa kwa Yesu, Mungu alitabiri siku za usoni za Israeli, na hii ni kwa sababu ya upendo wake wa dhati kwao na tamanio juu yao la kumwamini Masihi ambaye Mungu alimtuma na waufikie wokovu.

Kuteseka kwa ajili ya Israeli iliyomsulubisha Yesu

Hata ingawa liwali wa Kirumi Pontio Pilato alimhukumu Yesu kusulubishwa, ni Wayahudi walimshawishi Pilato afanye uamuzi huo. Pilato alikuwa anajua kwamba hakukuwa na sababu ya kumwua Yesu, lakini makundi yakamshinikiza, wakipiga kelele wakitaka Yesu asulubishwe kufikia kiasi cha kuleta fujo.

Akithibitisha uamuzi wake wa kumsulubisha Yesu, Pilato alichukua maji akaosha mikono yake mbele ya huo umati akawaambia, "Mimi sina hatia katika damu ya mtu huyu mwenye haki; yaangalieni haya ninyi wenyewe" (Mathayo 27:24). Wayahudi waliitikia kwa kupiga kelele, "Damu yake na iwe juu yetu, na juu ya watoto wetu" (Mathayo 27:25).

Mwaka wa 70 B.K., Yerusalemu ilishindwa na Tito Jemadari wa Kirum. Hekalu likaharibiwa na waliosalia wakalazimishwa kuacha nchi yao na kutawanyika ulimwenguni kote. Kwa hivyo uhamisho ukaanza na ukaendelea kwa kama miaka 2,000. Wakati wa kipindi hiki cha Uhamisho kiwango cha mateso walichovumilia watu wa Israeli hakiwezi kuelezwa vya kutosha kwa kutumia maneno.

    Yerusalemu iliposhindwa, kama Wayahudi milioni 1.1 waliuawa, na wakati wa Vita Vikuu vya II, takribani Wayahudi milioni sita waliuawa kinyama na Wanazi. Walipouawa na Wanazi, Wayahudi walivuliwa nguo wakawa uchi na huu ni ukumbusho wa wakati Yesu aliposulubishwa uchi.

    Kwa kweli, kutoka kwenye mtazamo wa Israeli, wanaweza kubisha kwamba mateso yao sio matokeo ya kumsulubisha Yesu. Ukitazama nyuma katika historia ya Israeli, hata hivyo, inaweza kutambuliwa kirahisi kwamba Israeli na watu wake walilindwa na Mungu na wakastawi walipoishi kwa mapenzi ya Mungu. Walipoenda mbali na mapenzi ya Mungu, Waisraeli walirudiwa na kuwekwa katika mateso na majaribu.

    Kwa hivyo tunajua kwamba mateso ya Israeli hayakuwa bila sababu. Kama kumsulubisha Yesu kulikuwa kuzuri machoni pa Mungu, kwa nini Mungu aliiacha Israeli katikati ya mateso makali yasiyoisha kwa muda mrefu.

Nguo za Nje za Yesu na Kanzu Yake, na Siku za Usoni za Israeli

    Kisa kingine kilichoashiria mambo yatakayoipata Israeli kilifanyika mahali aliposulubishwa Yesu. Kama tunavyosoma katika Zaburi 22:18, "Wanagawanya nguo zangu, na vazi langu wanalipigia kura," Askari wa Kirumi walichukua nguo za nje za Yesu wakazigawanya sehemu nne, kila sehemu askari mmoja, kisha wakapigia kura kanzu yake na mmoja wa askari akalichukua.

Tukio hili lina uhusiano gani na siku za usoni za Israeli? Kwa kuwa Yesu ni Mfalme wa Wayahudi, nguo za nje za Yesu kiroho zinaashiria mteule wa Mungu, taifa la Israeli na watu wake. Nguo za nje za Yesu zilipogawanywa mara nne na umbo la hizo nguo kupotea, hii ilikuwa ishara ya kuharibiwa kwa taifa la Israeli. Hata hivyo, kwa sababu kitambaa cha nguo za nje kilibaki, tukio hilo pia lilitabiri kwamba hata kama taifa la Israeli linaweza kupotea, jina la "Israeli" lingebaki.

Umuhimu wa ukweli kwamba askari wa Kirumi walichukua nguo za nje za Yesu wakazigawanya sehemu nne, kila sehemu askari mmoja? Hili linaashiria kwamba watu wa Israeli wangeharibiwa na Rumi na wangetawanywa. Unabii huu pia ulitimizwa na kushindwa kwa Yerusalemu na kuharibiwa kwa taifa la Israeli, jambo lililowalazimisha Wayahudi watawanyike katika sehemu tofauti za ulimwengu.

Kuhusu kanzu ya Yesu, Yohana 19:23 inasema, "Basi kanzu ile haikushonwa, ilikuwa imefumwa yote pia tangu juu." Ukweli kwamba kanzu yake ilikuwa "haina mshono" ilikuwa imefumwa kipande kimoja, inaashiria kwamba haikuwa na safu za nguo zilizoshonwa pamoja kutengeneza hiki kipande cha nguo.

Watu wengi hawafikirii sana jinsi nguo zao zilivyofumwa. Kwa nini basi Biblia inanakili kwa utondoti muundo wa kanzu ya Yesu? Katika hiyo kuna unabii wa matukio yatakayofanyika kwa watu wa Israeli.

Kanzu ya Yesu iliashiria moyo wa watu wa Israeli, moyo

ambao kwa huo wao humtumikia Mungu. Ukweli kwamba kanzu hiyo ilikuwa "haina mshono, ilifumwa kipande kimoja" inaashiria moyo wa Israeli unaomwelekea Mungu umekuwako tangu babu yao Yakobo na hauyumbiyumbi katika hali zozote.

Kupitia kwa Kabila Kumi na Mbili kufuatia nyakati za Abrahamu, Isaka, na Yakobo, waliunda taifa na watu wa Israeli wameshikilia usafi wao kama taifa bila kuoana na Mataifa. Baada ya Ufalme wa Israeli kugawanyika mara mbili, kaskazini na Ufalme wa Yuda kule kusini, watu katika ufalme wa kaskazini walioana na watu wengine lakini Yuda ilibaki kuwa taifa la jamii moja. Hata leo, Wayahudi wanaendeleza utambulisho wao ambao ulianzia nyakati za mababa wa imani.

Kwa hivyo, hata ingawa nguo za nje za Yesu zilirarulwa vipande vinne, kanzu yake ilibaki vilevile. Hili linaashiria kwamba ingawa kuonekana kwa taifa la Israeli kunaweza kupotea, moyo wa hao watu Israeli kumwelekea Mungu na imani yao kwake haiwezi kuzimwa.

Kwa sababu wana moyo huu usioyumbayumba, Mungu aliwachagua kama mteule wake na kupitia kwa wao amekuwa akitimiza mpango wake na mapenzi yake hadi leo. Hata baada ya milenia kupita, watu wa Israeli wanaifuata Sheria kwa mkazo zaidi. Hii ni kwa sababu wamerithi moyo wa Yakobo usiobadiliko.

Matokeo yake ni kwamba, karibu miaka 1,900 baada ya kupoteza nchi yao, watu wa Israeli walishangaza ulimwengu kwa kujitangazia uhuru na urejesho wa utaifa wao tarehe 14, Mei, 1948.

Maana nitawatwaa kati ya mataifa, nami nitawakusanya na

kuwatoa katika nchi zote, na kuwarudisha katika nchi yenu wenyewe (Ezekieli 36:24).

Nanyi mtakaa katika nchi ile niliyowapa baba zenu, nanyi mtakuwa watu wangu, nami nitakuwa Mungu wenu (Ezekieli 36:28).

Kama ilivyotabiriwa tayari katika Agano la Kale, "Na baada ya siku nyingi utajiliwa; katika miaka ya mwisho,"watu wa Israeli walianza kumiminika kule Palestina na wakaunda taifa tena (Ezekieli 38:8). Licha ya hayo, kwa kuendelea na kuwa moja wapo kati ya nchi zenye uwezo zaidi ulimwenguni, kwa wakati mwingine tena Israeli imethibitisha kwa ulimwengu wote hulka yao ya juu kama taifa.

Mungu Anataka Israeli Ijitayarishe Kwa Kurudi kwa Yesu

Mungu anataka Israeli iliyorejeshwa upya itarajie na kujitayarisha kwa Kurudi kwa Masihi. Yesu alikuja nchini Israeli takribani miaka 2,000 iliyopita, akatimiza kikamilifu upaji wa wokovu kwa wanadamu na akawa Mwokozi na Masihi kwao. Alipopaa mbinguni, aliahidi kurudi na sasa Mungu anataka mteule wake angojee kuja kwa Masihi kwa imani ya kweli.

Masihi Yesu Kristo atakapokuja tena, hatakuja katika kibanda kichafu au kulazimika kuteseka adhabu ya msalaba jinsi alivyofanya milenia mbili zilizopita. Badala yake, ataonekana akiliongoza jeshi la mbinguni na malaika na arudi hapa ulimwenguni kama Mfalme wa wafalme na Bwana wa mabwana katika utukufu wa Mungu ili ulimwengu wote uone.

Tazama, yuaja na mawingu; na kila jicho litamwona, na hao waliomchoma; na kabila zote za dunia wataomboleza kwa ajili yake. Naam. Amina (Ufunuo 1:7).

Wakati uliopangwa utakapofika, watu wote, waamini na wasioamini pia, wataona kurudi kwa Bwana hewani. Siku hiyo, wote wamwaminio Yesu kama Mwokozi wa wanadamu wote watainuliwa mawinguni na washerehekee katika Karamu ya Harusi hewani, lakini wengine wataachwa nyuma waomboleze.

Kama vile Mungu alivyomuumba mtu wa kwanza Adamu na akaanza ukuzaji wa wanadamu, kwa hakika utakuwa na mwisho wake. Kama vile mkulima anavyopanda mbegu na kuvuna mavuno, pia kutakuwa na wakati wa kuvuna kwa ajili ya ukuzaji wa wanadamu. Ukuzaji wa Mungu wa wanadamu utakamilishwa wakati wa Kuja kwa Mara ya Pili kwa Masihi Yesu Kristo.

Yesu anatwambia katika Ufunuo 22:7, "Na tazama naja upesi. Heri yeye ayashikaye maneno ya unabii wa kitabu hiki." Wakati wetu ndio siku za mwisho. Katika upendo wake usiokuwa na kipimo kwa Israeli, Mungu anaendelea kuwaelimisha watu wake kupitia historia yao ili waweze kumkubali Masihi. Mungu anataka kwa ari sio tu mteule wake Israeli bali pia wanadamu wote wampokee Yesu Kristo kabla mwisho wa ukuzaji wa wanadamu.

Biblia la Kiebrania, linalojulikana na Wakristo kama Agano la Kale.

Sura ya 3
Mungu Anayeaminiwa na Isreali

Sheria na Itikadi/Desturi

Mungu alipokuwa anawaongoza watu wake wateule, Israeli, kutoka Misri na kuingia nchi ya ahadi ya Kanaani, alishuka juu ya kilele cha mlima sinai. Kisha BWANA Mungu akamwita Musa, kiongozi wa Kutoka, aende kwake, na akamwambia kwamba makuhani wanapaswa kujitakasa wakati wanapomwendea Mungu. Zaidi ya hayo, Mungu akawapa watu Amri Kumi na sheria nyingine nyingi kupitia kwa Musa.

Musa alipokuwa amewaambia hao watu kirasmi maneno hayo yote ya Bwana Mungu na hukumu zake, watu wote wakajibu kwa sauti moja, wakasema, "Maneno yote aliyoyanena BWANA tutayatenda!" (Kutoka 24:3). Lakini Musa alipokuwa Mlima Sinai kulingana na mwito wa Mungu, watu walimfanya Haruni atengeneze sanamu ya ndama na wakafanya dhambi kubwa ya kuabudu sanamu.

Wanawezaje kuwa wateule wa Mungu na wafanye dhambi kubwa kama hiyo? Watu wote tangu Adamu, waliofanya dhambi ya kutotii, ni wazao wa Adamu na wote wamezaliwa na asilia ya dhambi. Wanalazimishwa kufanya dhambi kabla hawajatakaswa kupitia kwa tohara ya moyo. Hiyo ndiyo sababu Mungu alimtuma Mwanawe wa pekee Yesu, na kupitia kwa kusulubishwa kwa Yesu alifungua lango ambalo kwa hilo wanadamu wanaweza kusamehewa dhambi zao zote.

Kwa nini basi Mungu aliwapa watu sheria? Amri Kumi ambazo Mungu aliwapa kupitia kwa Musa, hukumu na maagizo yanajulikana kama sheria.

Kupitia kwa Sheria Mungu Anawaongoza na Kuwaingiza katika Nchi Itiririkayo Maziwa na Asali

Sababu na lengo la Mungu kuwapatia watu wa Israeli sheria wakati wa Kutoka Misri ni kwa ajili ya wao wafurahie baraka ambazo kwa hizo wangeweza kuingia katika nchi ya Kanaani, nchi itiririkayo maziwa na asali. Watu walipokea sheria moja kwa moja kutoka kwa Musa, lakini hawakushika maagano ya Mungu na wakatenda dhambi nyingi pamoja na kuabudu sanamu na uzinzi. Mwishowe wengi wao walikufa katika dhambi zao wakati wa miaka arobaini ya maisha ya jangwani.

Kitabu cha Kumbukumbu la Torati kilinakiliwa kulingana na maneno ya mwisho ya Musa, na kinachimba ndani ya maagano ya Mungu na sheria. Wakati wengi wa kizazi cha kwanza cha Kutoka walipokufa isipokuwa Yoshua na Kalebu na wakati wa kuwaacha watu wa Israeli ulipokuja, Musa kwa bidii aliwahimiza kizazi cha pili na cha tatu cha Kutoka kimpende Mungu na kutii amri zake.

Na sasa, Israeli, Bwana, Mungu wako, anataka nini kwako, ila umche Bwana, Mungu wako, na kwenda katika njia zake zote, na kumpenda, na kumtumikia Bwana, Mungu wako, kwa moyo wako wote, na kwa roho yako yote; kuzishika amri za Bwana na sheria zake, ninazokuamuru leo, upate uheri? (Kumbukumbu la

Torati 10:12-13).

Mungu aliwapa sheria kwa sababu aliwataka waitii kwa kupenda kutoka mioyoni mwao na kuhakikisha upendo wao kwa Mungu kwa kupitia utiifu wao. Mungu hakuwapa sheria kuwakataza au kuwafunga, bali alitaka kukubali mioyo yao ya utiifu na kuwapa baraka.

Na maneno haya ninayokuamuru leo, yatakuwa katika moyo wako. nawe uwafundishe watoto wako kwa bidii, na kuyanena uketipo katika nyumba yako, na utembeapo njiani, na ulalapo, na uondokapo. Yafunge yawe dalili juu ya mkono wako, nayo yatakuwa kama utepe katikati ya macho yako. Tena yaandike juu ya miimo ya nyumba yako, na juu ya malango yako (Kumbukumbu la Torati 6:6-9).

Kupitia kwa hivi vifungu, Mungu aliwaambia jinsi ya kuweka sheria mioyoni mwao, waifundishe na kuitekeleza. Katika vipindi vyote vya miaka, amri na hukumu za Mungu kama zilivyoandikwa katika Vitabu Vitano vya Musa bado zinakaririwa na kushikwa, lakini msisitizo juu ya kushika sheria unaelezwa kwa nje.

Sheria na Itikadi/Desturi za Wazee

Kwa mfano, sheria iliamuru kwamba Sabato itakaswe, na wazee walidhibiti desturi nyingi zenye utondoti ambazo zingeweza kugeuka kufuata amri kama vile kuwakataza kutumia milango ya kujiendesha, lifti na ngazi za umeme na kufungua barua za biashara, paspoti na vifurushi vingine. Desturi za wazee zilikujaje?

Hekalu la Mungu lilipoharibiwa na watu wa Israeli kuchukuliwa Mateka hadi Babeli, walifikiri ni kwa sababu walishindwa kumtumikia Mungu kwa mioyo yao yote. Walihitaji kumtumikia Mungu kwa uhalisi zaidi na kutumia sheria kwa hali ambazo zingeweza kugeuka na wakati, kwa hivyo wakatengeneza kanuni nyingi kali.

Hizi kanuni zilianzishwa na mtazamo wa kumtumikia Mungu kwa moyo mmoja. Kwa maneno mengine, waliweka kanuni nyingi kali zilizoweka utondoti wa kila kipengele cha maisha ili waweze kufuata sheria katika maisha yao ya kila siku.

Wakati mwingine hizo kanuni kali zilichukua nafasi ya kulinda sheria. Lakini, muda ulipokuwa unapita wakakosa maana ya kweli iliyokuwa katika sheria na wakashikanisha umuhimu mkubwa katika utekelezaji wa nje wa kushika sheria. Kwa njia hii wakapotoka kutoka kwa maana ya kweli ya sheria.

Mungu anaona na kukubali moyo wa kila mmoja katika kufuata sheria badala ya kuweka umuhimu juu ya utekelezaji wa nje wa kufuata sheria kwa matendo. Basi ameweka sheria ili aweze kuwatafuta wale wanaomheshimu kwa kweli na kuwabariki wale ambao humtii. Ingawa watu wengi wa nyakati za Agano la Kale walionekana kufuata sheria, wakati huo huo kulikuwa na wengi waliovunja sheria.

"Laiti angekuwapo kwenu mtu mmoja wa kuifunga milango; msije mkawasha moto bure madhabahuni pangu! Sina furaha kwenu, asema Bwana wa majeshi, wala sitakubali dhabihu yo yote mikononi mwenu " (Malaki 1:10).

Walimu wa sheria na wazee walipomsimanga Yesu na kuwahesabia hatia wanafunzi wake, haikuwa kwa sababu Yesu na wanafunzi wake walikosa kutii sheria, lakini kwa sababu walivunja desturi za wazee. Inaelezwa vizuri sana katika Injili ya Mathayo.

Mbona wanafunzi wako huyahalifu mapokeo ya wazee? Kwa maana hawanawi mikono walapo chakula (Mathayo 15: 2).

Wakati huu, Yesu aliwaelimisha juu ya ukweli kwamba hazikuwa amri za Mungu zilizovunjwa, bali badala yake, yalikuwa mapokeo ya wazee ambayo yalikuwa yamevunjwa. Kwa kweli, ni muhimu kushika sheria katika vitendo vya nje, lakini ni muhimu zaidi kutambua mapenzi ya kweli ya Mungu yaliyomo ndani ya sheria.

Na Yesu akajibu akawaambia,

Akajibu, akawaambia, Mbona ninyi nanyi huihalifu amri ya Mungu kwa ajili ya mapokeo yenu? Kwa kuwa Mungu alisema, Mheshimu baba yako na mama yako, na Amtukanaye baba yake au mama yake kufa na afe." Bali ninyi husema, Atakayemwambia babaye au mamaye, Cho chote kikupasacho kusaidiwa na mimi ni wakfu, basi asimheshimu baba yake au mama yake. Mkalitangua neno la Mungu kwa ajili ya mapokeo yenu (Mathayo 15: 3-6).

Katika vifungu vifuatavyo, Yesu pia anasema,

Enyi wanafiki, ni vema alivyotabiri Isaya kwa habari zenu, akisema Watu hawa huniheshimu kwa midomo; ila mioyo yao iko mbali nami. Nao waniabudu bure, \Wakifundisha mafundisho yaliyo maagizo ya wanadamu (Mathayo 15: 7-9).

Baada ya Yesu kuwaita makutano kwake, aliwaambia,

Sikilizeni mfahamu. Sicho kiingiacho kinywani kimtiacho mtu unajisi; bali kitokacho kinywani ndicho kimtiacho mtu unajisi (Mathayo 15:10-11).

Wana wa Mungu wanapaswa kuwaheshimu wazazi wao kama ilivyoandikwa katika Amri Kumi. Lakini Mafarisayo walifundisha watu kwamba watoto ambao wanapaswa kuwatumikia na kuwaheshimu wazazi wao na vitu vyao wanaweza kuachiliwa kutoka katika jukumu hilo wakitamka kwamba vitu vyao vitatolewa kwa Mungu. Walitengeneza kanuni nyingi sana wakiweka utondoti wa kila kipengele cha maisha katika utondoti wa kina ambayo Mataifa hawangethubutu kufuata mapokeo haya yote ya wazee, walidhani kwamba walikuwa wanafanya vyema sana kama mteule wa Mungu

Mungu Anayeaminiwa na Israeli

Yesu alipoponya wagonjwa katika siku ya Sabato, Mafarisayo walimhesabia hatia Yesu kwa kuvunja Sabato. Siku moja Yesu aliingia katika sinagogi moja na akamwangalia mtu aliyekuwa amesimama mbele ya Mafarisayo hapo ambaye mkuto wake ulikuwa umepooza. Yesu alikusudia kuwaamsha na akawauliza, akisema yafuatayo:

> Ni halali siku ya sabato kutenda mema, au kutenda mabaya? Kuponya roho au kuiua? (Marko 3:4)

> Ni mtu yupi miongoni mwenu mwenye kondoo mmoja, na yule kondoo ametumbukia shimoni siku ya sabato, asiyemshika akamwopoa? Je! Mtu ni bora kuliko kondoo mara ngapi? Basi ni halali kutenda mema siku ya sabato (Mathayo 12:11-12).

Kwa sababu hapo awali Mafarisayo walikuwa wamejazwa mifumo ya sheria iliyoundwa katika mapokeo ya wazee na mawazo ya ubinafsi na adabu za maisha, hawakushindwa tu kutambua mapenzi ya kweli ya Mungu yaliyomo katika sheria, lakini pia walishindwa kumtambua Yesu, aliyekuja chini duniani kama Mwokozi.

Mara nyingi Yesu aliwaonyesha na kuwahimiza watubu na waache kufanya makosa yao. Aliwasuta kwa sababu walikuwa wamepuuza lengo la kweli la Mungu la sheria aliyowapa, na wakageuza na kushikilia matendo ya nje ya ushikaji wa sheria.

Ole wenu waandishi na Mafarisayo, wanafiki! Kwa kuwa

mnalipa zaka za mnanaa na bizari na jira, lakini mmeacha mambo makuu ya sheria, yaani, adili, na rehema, na imani; hayo imewapasa kuyafanya, wala yale mengine msiyaache (Mathayo 23:23).

Ole wenu waandishi na Mafarisayo, wanafiki! Kwa kuwa mnasafisha nje ya kikombe na chano, na ndani yake vimejaa unyang'anyi na kutokuwa na kiasi (Mathayo 23:25).

Watu wa Israeli, waliokuwa chini ya utawala wa Ufalme wa Rumi, walidhani akilini mwao kwamba Masihi angekuja kwa ajili yao na uwezo Mkubwa na heshima na Masihi angewaweka huru kutoka kwa mikono ya waonevu na atawale juu ya makabila na mataifa yote.

Lakini huyo mtu alizaliwa na seremala; alishikana na watu waliotupwa, wagonjwa, na wenye dhambi; alimwita Mungu "Baba," na akatoa ushuhuda kwamba yeye ni Nuru ya ulimwengu. Alipowakemea kwa sababu ya dhambi zao, wale waliokuwa wamefuata sheria kwa vigezo vyao wenyewe na kujitangazia haki, walichomwa mioyoni mwao na kukatwa na maneno yake na wakamsulibishwa bila sababu.

Mungu Anatutaka Tuwe na Upendo na Msamaha

Mafarisayo wameshika kwa ukali kanuni za Dini ya Kiyahudi na kuhesabu miaka mingi ya desturi na mapokeo kama yenye thamani sana kama maisha yao. Waliwachukulia watoza ushuru, waliofanyia kazi Ufalme wa Rumi, kama wenye dhambi na wakajiepusha nao.

Kuanzia Mathayo 9:10 inasema kwamba Yesu alikuwa ameketi kula chakula katika nyumba ya mtoza ushuru aliyeitwa Mathayo, na watoza ushuru wengi na wenye dhambi walikuwa wanakula na Yesu na wanafunzi wake. Mafarisayo walipoona jambo hili, waliwaambia wanafunzi wake, "Mbona mwalimu wenu anakula pamoja na watoza ushuru na wenye dhambi?" Yesu alipowasikia wakiwahesabia hatia wanafunzi wake, aliwaeleza juu ya moyo wa Mungu Mungu hutoa upendo wake usiokoma na rehema zake kwa mtu yeyote anayetubu dhambi zake kutoka moyoni mwake na kuziacha.

Mathayo 9:12-13 inaendelea, "Naye aliposikia, aliwaambia, Wenye afya hawahitaji tabibu, bali walio hawawezi. Lakini nendeni, mkajifunze maana yake maneno haya: Nataka rehema, wala si sadaka; kwa maana sikuja kuwaita wenye haki, bali wenye dhambi."

Wakati uovu wa watu wa Ninawi ulipofika mbinguni, Mungu alikuwa karibu kuuangamiza mji wa Ninawi. Lakini kabla kufanya hivyo, Mungu alimtuma nabii wake, Yona, ili watubu dhambi zao. Watu wakafunga na wakatubu dhambi zao kwelikweli, na Mungu akaacha uamuzi wake wa kuwaangamiza. Hata hivyo, ni Mafarisayo waliofikiri kwamba mtu yeyote atakayevunja sheria hana chaguo lingine ila tu kuhukumiwa. Sehemu muhimu zaidi katika sheria ni upendo usiokoma na msamaha, lakini Mafarisayo walifikiri kwamba kuhukumu mtu kuna haki na thamani zaidi kuliko kumsamehe kwa upendo.

Kwa njia hiyo hiyo, wakati tunapokosa kufahamu moyo wa Mungu aliyetupatia hiyo sheria, tunalazimika kuhukumu kila kitu na fikira na nadharia zetu wenyewe na hukumu hizo zitapatikana kuwa makosa na kinyume na Mungu.

Lengo la Kweli la Mungu Lililomfanya Atoe Sheria

Mungu aliumba mbingu na nchi na vyote vilivyomo na akamuumba mwanadamu kwa lengo la kupata wana wa kweli waliofanana na moyo wake. Akiwa na lengo hili, Mungu amewaambia watu wake "iweni watakatifu, kwa kuwa mimi ni Mtakatifu (Walawi 11:44). Sisi tukikosa kuwa wataua anatuchukulia kuwa tunamcha yeye kwa kuonekana peke yake lakini tunakuwa bila mawaa kwa kutupilia mbali uovu kutoka moyoni.

Wakati wa Yesu Mafarisayo na waandishi walikuwa wanapenda sana kutoa sadaka na matendo ya kufuata sheria badala ya kutakasa mioyo yao. Mungu anapendezwa na moyo uliovunjika na kupondeka badala ya sadaka (Zaburi 51:16-17), kwa hivyo ametupatia sheria ili aturuhusu tutubu dhambi zetu na tusiache kupitia kwa sheria.

Mapenzi ya Kweli ya Mungu Yaliyo katika Sheria ya Agano la Kale

Haifuati kwamba matendo ya kufuata sheria ya watu wa Israeli hayakujumuisha upendo wao kwa Mungu kamwe. Lakini jambo lilelile ambalo Mungu aliwataka wafanye ni utakaso wa moyo na aliwakemea vikali kupitia kwa Nabii Isaya.

"Huu wingi wa sadaka zenu mnazonitolea una faida gani?" Asema BWANA. "Nimejaa mafuta ya kafara za kondoo waume, na mafuta ya wanyama walionona; nami siifurahii damu ya ng'ombe wala ya wana-kondoo wala ya mbuzi waume. Mjapo ili kuonekana mbele zangu, ni nani aliyetaka neno hili mikononi mwenu, kuzikanyaga nyua zangu? Msilete tena matoleo ya ubatili; uvumba ni chukizo kwangu. mwezi mpya na sabato, kuita makutano; siyawezi maovu hayo na makutano ya ibada" (Isaya 1:11-13).

Maana ya kweli ya kufuata sheria si ya matendo ya nje bali katika kupenda moyo wa ndani. Kwa hivyo, Mungu hakufurahia wingi wa sadaka zilizotolewa na matendo ya mazoea na ya juujuu ya kuingia katika nyua takatifu. Haijalishi walitoa sadaka ngapi kulingana na sheria, Mungu hakuzifurahia kwa sababu mioyo yao haikuwa kulingana na mapenzi ya Mungu.

Ni sawa sawa na maombi yetu. Katika maombi yetu tendo la kuomba si muhimu ila mtazamo wa mioyo yetu katika maombi ni muhimu zaidi. Mtunzi wa zaburi anasema katika Zaburi 66:18, "Kama ningaliwaza maovu moyoni mwangu, BWANA asingesikia."

Mungu aliwaacha watu wajue kupitia kwa Yesu kwamba hafurahii maombi yenye unafiki au ya kujionyesha, bali maombi ya kweli ya kutoka kwa moyo peke yake.

Tena msalipo, msiwe kama wanafiki; kwa maana wao wapenda kusali hali wamesimama katika masinagogi na katika pembe za njia, ili waonekane na watu. Amin, nawaambia, Wamekwisha kupata thawabu yao. Bali wewe usalipo, ingia katika chumba chako cha ndani, na ukiisha kufunga mlango wako, usali mbele za Baba yako aliye sirini; na Baba yako aonaye sirini atakujazi (Mathayo 6:5-6).

Vivyo hivyo hufanyika wakati tunapotubu dhambi zetu. Tunapotubu dhambi zetu, Mungu hataki turarue nguo zetu na kuomboleza na majivu ila turarue mioyo yetu na kutubu dhambi zetu kutoka moyoni. Kitendo chenyewe cha kutubu si muhimu, na tunapotubu dhambi zetu kutoka mioyoni na tuziache, Mungu hukubali toba hiyo.

"Lakini hata sasa," asema BWANA, "NIrudieni mimi kwa mioyo yenu yote, na kwa kufunga, na kwa kulia, na kwa kuombolea Mkamrudie BWANA, Mungu wenu; kwa maana yeye ndiye mwenye neema, amejaa huruma; si mwepesi wa hasira, ni mwingi wa rehema, naye hughairi mabaya " (Yoeku 2L12-13).

Kwa maneno mengine, Mungu anataka kukubali moyo wa watendaji wa sheria badala ya tendo la kufuata sheria lenyewe. Jambo hili linaelezwa kama "tohara ya moyo" katika Biblia. Tunaweza kupasha tohara miili yetu kwa kukata ngozi ya mbele, lakini tunaweza kupasha tohara ngozi ya moyo kupitia kukata mioyo yetu.

Kupasha Tohara Moyo Anakotaka Mungu

Kupasha tohara moyo katika utondoti ni nini? Ni "kukata na kutupa aina zote za uovu na dhambi pamoja na husuda, wivu, hasira kali, hisia mbaya, uzinifu, uongo, udanganyifu, kuhukumu, na kuhesabia hatia kutoka moyoni." Unapokata dhambi na maovu kutoka moyoni na ufuate sheria, Mungu anakubali hivyo kama utiifu kamilifu.

Jitahirini kwa BWANA, mkaziondoe govi za mioyo yenu, enyi watu wa Yuda na wenyeji wa Yerusalemu; ghadhabu yangu isije ikatoka kama moto, ikawaka hata mtu asiweze kuizima, kwa sababu ya uovu wa matendo yenu (Yeremia 4:4).

Basi, zitahirini govi za mioyo yenu, wala msiwe na shingo ngumu (Kumbukumbu la Torati 10:16).

Misri, na Yuda, na Edomu, na wana wa Amoni, na Moabu, na wote wenye kunyoa denge, wakaao nyikani; maana mataifa hayo yote hawana tohara, wala nyumba yote ya Israeli hawakutahiriwa mioyo yao (Yeremia 9:26).

BWANA Mungu wako, atautahiri moyo wako, na moyo wa uzao wako, ili umpende BWANA, Mungu wako, kwa moyo wako wote, na kwa roho yako yote, upate kuwa hai (Kumbukumbu la Torati 30:6).

Kwa hivyo, Agano la Kale mara nyingi hutuhimiza kutahiri mioyo yetu, kwa kuwa wale waliotahiriwa katika mioyo yao peke yao ndio wanaoweza kumpenda Mungu kwa mioyo yao yote na roho zao zote.

Mungu anawataka wanawe wawe watakatifu na wakamilifu. Katika Mwanzo 17:1, Mungu alimwambia Abrahamu "ukawe mkamilifu," na katika Walawi 19:2, Aliwaamuru watu wa Israeli "mtakuwa watakatifu."

Yohana 10:35 inasema, "Ikiwa aliwaita miungu wale waliojiliwa na neno la Mungu; (na maandiko hayawezi kutanguka)," na 2 Petro 1:4 inasema, "Tena kwa hayo ametukirimia ahadi kubwa mno, za thamani, ili kwamba kwa hizo mpate kuwa washirika wa tabia ya Uungu, mkiokolewa na uharibifu uliomo duniani kwa sababu ya tamaa."

Katika nyakati za Agano la Kale waliokolewa kupitia matendo ya kufuata sheria, ilihali katika nyakati za Agano Jipya tunaweza kuokolewa kwa kumwamini Yesu Kristo aliyetimiza sheria kwa upendo.

Wokovu kupitia matendo, katika nyakati za Agano la Kale, uliwezekana wakati walipokuwa na tamaa mbaya za kuua, chuki, uzinzi, na kudanganya, lakini hawakuvifanya kwa matendo. Nyakati za Agano la Kale Roho Mtakatifu hakukaa ndani yao na hawangeweza kuacha tamaa za dhambi kwa nguvu zao wenyewe. Kwa hivyo wakati hawakufanya dhambi kwa matendo ya nje, hawakuchukuliwa kuwa wenye dhambi.

Hata hivyo, katika nyakati za Agano Jipya, tunaweza kufikia wokovu wakati tu tunapotahiri mioyo yetu kwa imani peke yake. Roho Mtakatifu hutujulisha juu ya dhambi, haki, na hukumu na hutusaidia kuishi kwa neno la Mungu, ili tuweze kuacha uongo na asili za dhambi na kutahiri mioyo yetu.

Wokovu kupitia imani katika Yesu Kristo hautolewi tu kirahisi wakati mtu anapojua na kuamini kwamba Yesu Kristo ndiye Mwokozi. Ni wakati tu peke yake, tutakapoondoa uovu mioyoni mwetu kwa sababu tunampenda Mungu na kuenenda katika kweli kwa imani, ndipo Mungu atakapoiona kwamba ni imani ya kweli na atuongoze tupate wokovu kamili, na pia atufikishe katika njia ya majibu na baraka za kushangaza.

Jinsi ya Kumpendeza Mungu

Ni asilia kwamba mwana wa Mungu hapaswi kufanya dhambi katika matendo. Pia ni kawaida kwake kuondoa uongo na tamaa za dhambi za moyo na kufanana na utakatifu wa Mungu. Ukiwa hufanyi dhambi katika matendo lakini ukiweka tamaa za dhambi ndani yako ambazo Mungu hataki, hawezi kukuchukulia kuwa mwenye haki.

Ndio maana imeandikwa katika Mathayo 5:27-28, "Mmesikia kwamba imenenwa, Usizini; lakini mimi nawaambia, Kila mtu atazamaye mwanamke kwa kumtamani, amekwisha kuzini naye moyoni mwake."

Na katika 1 Yohana 3:15, "Kila amchukiaye ndugu yake ni mwuaji: nanyi mnajua ya kuwa kila mwuaji hana uzima wa milele ukikaa ndani yake." Kifungu hiki kinatuhimiza tuondoe chuki kutoka mioyoni mwetu.

Unapaswa kufanya namna gani kwa adui zako wanaokuchukia kulingana na mapenzi ya Mungu yanayopendeza?

Sheria ya nyakati za Agano la Kale inatwambia, "Jicho kwa jicho [na] jino kwa jino." Kwa maneno mengine, sheria inasema, "Vile vile kama alivyomtia mtu kilema, naye atalipwa vivyo " (Walawi 24:20). Ilikuwa ya kuzuia mtu asimjeruhi au kumdhuru mwingine kwa kanuni kali. Ni kwa sababu Mungu anajua kwamba mwanadamu katika uovu wake hujaribu kumlipa mwingine zaidi ya vile alivyojeruhiwa.

Mfalme Daudi alisifiwa kuwa mtu aupendezaye moyo wa Mungu. Wakati Mfalme Sauli alipojaribu kumwua, Daudi hakulipiza uovu wowote kwa uovu mwingi wa Mfalme Sauli, bali alimchukulia kwa uzuri hadi mwisho. Daudi aliona maana ya kweli iliyo ndani ya sheria na akaishi kwa neno la Mungu peke yake.

Usifanye kisasi, wala kuwa na kinyongo juu ya wana wa watu wako; bali umpende jirani yako kama nafsi yako; Mimi ndimi BWANA (Walawi 19:18).

Usifurahi, adui yako aangukapo; \q1 Wala moyo wako usishangilie ajikwaapo (Mithali 24:17).

Adui yako akiwa ana njaa, mpe chakula; tena akiwa ana kiu, mpe maji ya kunywa (Mithali 25:21).

Mmesikia kwamba imenenwa, Umpende jirani yako, na, Umchukie adui yako." Lakini mimi nawaambia, Wapendeni adui zenu, waombeeni wanaowaudhi (Mathayo 5:43-44).

Kulingana na vifungu vilivyo hapo juu, ukiwa unaonekana kufuata sheria lakini hutaki kumsamehe mtu akuleteaye matatizo, Mungu hapendezwi nawe. Ni kwa sababu Mungu ametwambia tuwapende adui zetu. Unapofuata sheria na unapoifuata na moyo ule ambao Mungu anakutaka uwe nao, unaweza kuchukuliwa kuwa mtiifu kabisa kwa neno la Mungu.

Sheria, Ishara ya Upendo wa Mungu

Mungu wa upendo anataka kutupatia baraka zisizokoma, lakini kwa sababu yeye ni Mungu wa Haki, hana lingine ila kututoa kwa ibilisi tunapoendelea kufanya dhambi. Hiyo ndiyo sababu waamini wengine wa Mungu huugua magonjwa na kupata ajali na majanga wanapokosa kuishi kwa neno la Mungu.

Mungu ametupatia amri nyingi katika upendo wake ili atulinde dhidi ya majaribu na maumivu hayo. Ni maagizo mangapi wazazi huwapa wana wao ili wawalinde na magonjwa na ajali?

"Unaporudi nyumbani osha mikono yako."
"Baada ya kula piga mswaki."
"Unapovuka barabara tazama huko na huko."

Vivyo hivyo, Mungu ametwambia tushike amri zake na hukumu zake katika upendo wake kwa manufaa yetu (Kumbukumbu la Torati 10:13). Kushika na kutekeleza neno la Mungu ni kama taa la safari yetu ya maisha. Hata kuwe na giza la namna gani, tunaweza kutembea salama njiani hadi tufike tukiwa na taa, na vivyo hivyo, Mungu ambaye ni nuru anapotembea nasi, tunaweza kulindwa na kufurahia fadhila na baraka za wana wa Mungu.

Mungu anapendezwa sana wakati anapowalinda wanawe wanaotii neno lake na macho yake yawakayo na kuwapa kila kitu wanachoomba! Vivyo hivyo hao wanawe wanaweza kugeuza mioyo yao ikawa safi na mizuri na kufanana na Mungu jinsi wanavyozidi kushika na kutii neno la Mungu, na kuhisi kina cha upendo wa Mungu na wanaweza kumpenda hata zaidi.

Kwa hivyo, sheria aliyotupatia Mungu ni kama kitabu cha upendo kinachotoa mwongozo wa baraka nzuri zaidi kwetu sisi tulio chini ya ukuzaji wa Mungu hapa duniani. Sheria ya Mungu haileti mizigo juu yetu ila hutulinda dhidi ya kila aina ya majanga katika ulimwengu huu ambayo adui ibilisi na Shetani hutawala na hutuongoza katika njia ya baraka.

Yesu Anatimiza Sheria Kwa Upendo

Katika Kumbukumbu la Torati 19:19-21 tunapata kwamba nyakati za Agano la Kale watu walipofanya dhambi kwa macho yao, ilikuwa lazima macho yao yang'olewe. Walipofanya dhambi kwa mikono yao au miguu yao, basi mikono yao au miguu yao ilikatwa. Walipoua au kuzini, walipigwa mawe hadi kufa.

Sheria ya ulimwengu wa kiroho inatwambia kwamba mshahara wa dhambi ni mauti. Hiyo ndiyo sababu Mungu aliwaadhibu vikali wale waliofanya dhambi zisizosameheka, na kwa hivyo alitaka kuwaonya watu wengine wengi wasifanye dhambi hizo hizo.

Lakini Mungu wa upendo hakupendezwa kikamilifu na imani ambayo kwa hiyo walishikilia sheria na kusema, "Jicho kwa jicho, na jino kwa jino." Badala yake aliweka mkazo kila mara katika Agano la Kale kwamba ni lazima watahiri mioyo yao. Hakutaka watu wake wahisi maumivu kwa sababu ya sheria, kwa hivyo wakati ulipofika, alimtuma Yesu duniani na akamruhusu achukue dhambi zote za wanadamu na aitimize sheria kwa upendo.

Kama si Yesu kusulibiwa, tungekatwa mikono na miguu wakati tunapofanya dhambi kwa mikono na miguu yetu. Lakini Yesu aliangikwa msalabani na akamwaga damu yake ya thamani kwa kugongomewa misumari mikononi na miguuni mwake ili aoshe dhambi zetu zote tulizofanya kwa mikono na miguu yetu. Wakati huu hatuna haja ya kukata mikono au miguu yetu kwa sababu ya upendo huu mkuu wa Mungu.

Yesu, ambaye ni kitu kimoja na huyo Mungu wa upendo, alikuja duniani, na akatimiza sheria kwa upendo. Yesu aliishi maisha kielelezo ya kushika sheria zote za Mungu.

Hata ingawa alishika sheria kikamilifu, hata hivyo, hakuwahesabia hatia wale walishindwa kufuata sheria kwa kusema, "Mmevunja sheria na mmo njiani kuelekea mautini." Badala yake, alifundisha watu ukweli usiku na mchana ili hata roho moja zaidi iweze kutubu dhambi zake na iufikie wokovu, na bila kukoma alifanya kazi na kuponya na akawaweka huru wale waliokuwa wamekuwa watumwa wa magonjwa, ulemavu na pepo.

Upendo wa Yesu ulijitokeza wakati mwanamke, aliyeshikwa katika kitendo cha kuzini, aliposhikwa na Mafarisayo na waandishi na kuletwa kwa Yesu. Katika sura ya 8 ya Injili ya Yohana, waandishi na Mafarisayo walimletea yule mwanamke na wakamwuliza wakisema, "Basi katika torati, Musa alituamuru kuwapiga kwa mawe wanawake namna hii; nawe wasemaje?" (kif. 5) Kisha Yesu akajibu akasema, "Yeye asiye na dhambi miongoni mwenu na awe wa kwanza wa kumtupia jiwe (kif. 7).

Kwa kuwauliza swali hilo, alikusudia kuwaamsha kwamba si huyo mwanamke peke yake bali hata na wao wenyewe, waliomshitaki kwa uzinzi wake na wakataka kupata sababu ya kumshitaki Yesu, walikuwa watenda dhambi wale wale mbele za Mungu na ya kwamba hakuna anayeweza kuthubutu kumhesabia mwenzake hatia. Watu wale waliposikia hilo, walisadikishwa na dhamiri zao na wakaondoka mmoja mmoja, kuanzia wazee na hadi wale wa mwisho. Na Yesu akaachwa peke yake, na mwanamke akisimama hapo katikati.

Yesu hakuona mtu mwingine ila huyo mwanamke, na akamwambia, "Wako wapi wale washitaki wako? Je! Hakuna aliyekuhukumu kuwa na hatia?" (kif. 10) Akasema, "Hakuna Bwana." Yesu akamwambia, "Wala mimi sikuhukumu. Enenda zako. wala usitende dhambi tena." (kif. 11).

Mwanamke alipoletwa na dhambi yake isiyosameheka ilipofunuliwa, alikandamizwa na hofu kuu. Kwa hiyo, Yesu alipomsamehe, unaweza kufikiri alitoa machozi kiasi gani akiwa katika mihemko ya ndani na shukrani! Kila wakati alipokumbuka msamaha huu na upendo wa Yesu, hangethubutu kuvunja sheria tena au kufanya dhambi tena. Jambo hili liliwezekana kwa sababu alikutana na Yesu aliyetimiza sheria kwa upendo.

Yesu alitimiza sheria kwa upendo si kwa huyu mwanamke peke yake bali pia kwa wanadamu wote. Hakujali maisha yake kabisa na akatoa uhai wake pale msalabani kwa ajili ya wenye dhambi na moyo wa wazazi ambao hawajali maisha yao ili wapate kuwaokoa watoto wao wanaozama majini.

Yesu mtakatifu na asiyekuwa na wawaa na Mwana wa pekee wa Mungu, lakini akavumilia uchungu wote usioweza kuelezeka, akamwaga damu yake na maji na akatoa uhai wake msalabani kwa ajili yetu wenye dhambi. Kusulibishwa kwake kulikuwa kipindi muhimu zaidi cha kukamilisha upendo mkuu zaidi katika historia yote ya wanadamu.

Uwezo wa upendo wake unapotujia, tunapokea nguvu ya kushika sheria kikamilifu na tunaweza kutimiza sheria kwa upendo kama vile alivyofanya Yesu.

Kama Yesu hangetimiza sheria kwa upendo lakini badala yake alihukumu na kuhesabia hatia mtu yeyote na sheria peke yake na akaacha kuwaangalia wenye dhambi, ni watu wangapi wangeokolewa hapa ulimwenguni? Kama ilivyoandikwa katika Biblia, "Hakuna mwenye haki hata mmoja" (Warumi 3:10), hakuna mtu anayeweza kuokolewa.

Kwa hivyo, wana wa Mungu waliosamehewa dhambi zao kwa upendo mkuu wa Mungu hawapaswi tu kumpenda kwa kushika amri zake kwa moyo mnyenyekevu, lakini pia wawapende jirani zao kama wanavyojipenda wenyewe na wawatumikie na kuwasamehe.

Wale Wanaowahukumu na Kuwahesabia Hatia Wengine kwa Sheria

Yesu alitimiza sheria kwa upendo na akawa Mwokozi wa wanadamu wote, lakini Mafarisayo, waandishi na walimu wa sheria walifanya nini? Walisisitiza juu ya kufuata sheria katika matendo badala ya kutakasa mioyo yao kama Mungu alivyotaka, lakini walidhani walikuwa wamefuata sheria kikakamilifu. Zaidi ya hayo, hawakuwasamehe wale ambao hawakufuata sheria na badala yake wakawahukumu na kuwahesabia hatia.

Lakini Mungu wetu hataki kamwe tuwahukumu na kuwahesabia hatia wengine bila rehema na upendo. Pia hataki tuumie katika kufuata sheria bila kuuona upendo wa Mungu. Tukifuata sheria lakini tushindwe kufahamu moyo wa Mungu na tushindwe kufuata sheria kwa upendo, hakuna faida yoyote.

Tena nijapokuwa na unabii, na kujua siri zote na maarifa yote, nijapokuwa na imani timilifu kiasi cha kuweza kuhamisha milima, kama sina upendo, si kitu mimi. Tena nikitoa mali zangu zote kuwalisha maskini, tena nikijitoa mwili wangu niungue moto, kama sina upendo, hainifaidii kitu (1 Wakorintho 13:2-3).

Mungu ni upendo, na hutufurahia na kutubariki tunapofanya kwa upendo. Wakati wa Yesu Mafarisayo walishindwa kuwa na upendo mioyoni mwao walipofuata sheria katika matendo, na hili halikuwafaidi chochote. Walihukumu na kuhesabia hatia wengine kwa ujuzi wao wa sheria, na kuwafanya wakae mbali na Mungu na kumsulibisha Mwana wa Mungu.

Unapofahamu Mapenzi ya Kweli ya Mungu Yaliyo katika Sheria

Hata nyakati za Agano la Kale, kulikuwa na mababa wa imani waliofahamu mapenzi ya kweli ya Mungu katika sheria. Mababa wa imani wakijumuisha Abrahamu, Yusufu, Musa, Daudi, na Eliya hawakushika tu sheria, bali pia walijaribu walivyoweza kuwa wana wa kweli wa Mungu kwa kutahiri mioyo yao kwa bidii.

Hata hivyo, Yesu alipotumwa na Mungu kama Masihi ili

awafanye Wayahudi wajue kuhusu Mungu wa Abrahamu, Mungu wa Isaka na Mungu wa Yakobo, hawakuweza kumtambua. Ilikuwa kwa sababu walikuwa wamefanywa kuwa vipofu na mifumo ya mapokeo ya wazee na matendo ya kufuata sheria.

Ili apate kutoa ushuhuda kwamba yeye ni Mwana wa Mungu, Yesu alifanya maajabu na ishara za miujiza za kushangaza ambayo ilikuwa inawezekana tu kwa nguvu za Mungu peke yake. Lakini hawakuweza kumtambua au kumpokea Yesu kama Masihi.

Lakini kwa wale Wayahudi waliokuwa na mioyo mizuri ilikuwa tofauti. Waliposikiliza jumbe za Yesu, walimwamini na walipoona ishara za miujiza zilizofanywa na Yesu, waliamini kwamba Mungu alikuwa pamoja naye. Katika sura ya 3 ya Injili ya Yohana, Farisayo mmoja aliyeitwa "Nikodemo" alikuja kwa Yesu usiku mmoja na kumwambia yafuatayo.

Rabi, twajua ya kuwa u mwalimu, umetoka kwa Mungu; kwa maana hakuna mtu awezaye kuzifanya ishara hizi uzifanyazo wewe, isipokuwa Mungu yu pamoja naye (Yohana 3:2).

Mungu wa Upendo Anaingojea Israeli Irudi

Kwa nini Wayahudi wengi wanashindwa kumtambua Yesu aliyekuja duniani kama Mwokozi? Walikuwa wameunda mifumo ya sheria katika mawazo yao wenyewe wakiamini kuwa walimpenda na kumtumikia Mungu, na hawakutaka kukubali mambo yaliyokuwa tofauti na mifumo yao.

Hadi alipokutana na Bwana Yesu, Paulo alikuwa ameamini kwa uthabiti kwamba kufuata sheria na mapokeo ya wazee kikamilifu kulikuwa kumpenda na kumtumikia Mungu. Hiyo ndiyo sababu hakumkubali Yesu kama Mwokozi bali badala yake alimtesa yeye pamoja na waamini wake. Baada ya kukutana na Bwana Yesu aliyefufuka alipokuwa njiani kwenda Dameski, mfumo wake ulivunjwavunjwa kabisa na akawa mtume wa Bwana wake Yesu Kristo. Kuanzia wakati huo na kwendelea, angeweza hata kutoa uhai wake kwa ajili ya Bwana.

Tamanio hili la kushika sheria ndilo utu wa ndani zaidi wa Wayahudi na pointi ya nguvu ya mteule wa Mungu Israeli. Kwa hivyo, punde tu watakapotambua mapenzi ya kweli ya Mungu yaliyo ndani ya sheria, wataweza kumpenda Mungu zaidi ya watu wengine wote au kabila na wawe waaminifu kwa Mungu na katika maisha yao yote.

Mungu alipowaongoza watu wa Israeli kutoka Misri, aliwapa sheria zote na amri kupitia kwa Musa, na akawaambia kile ambacho kwa kweli alitaka wafanye. Aliwaahidi kwamba kama wangempenda Mungu, waitahiri mioyo yao na waishi kulingana na mapenzi yake, angekuwa pamoja nao na kuwapa baraka za ajabu.

Nawe utakapomrudia BWANA, Mungu wako, na kuitii sauti yake, mfano wa yote nikuagizayo leo, wewe na wanao, kwa moyo wako wote, na kwa roho yako yote; ndipo BWANA, Mungu wako, atakapougeuza utumwa wako, naye atakuhurumia, tena atarejea na kukukusanya kutoka mataifa yote, huko alikokutawanyia BWANA, Mungu wako. Watu wako waliotawanyika wakiwako katika ncha za mbingu za mwisho, kutoka huko atakukusanya BWANA, Mungu wako;

kutoka huko atakutwaa; Atakuleta Bwana, Mungu wako, uingie nchi waliyomiliki baba zako, nawe utaimiliki; naye atakutendea mema, na kukufanya uwe watu wengi kuliko baba zako. BWANA Mungu wako, atautahiri moyo wako, na moyo wa uzao wako, ili umpende BWANA, Mungu wako, kwa moyo wako wote, na kwa roho yako yote, upate kuwa hai. Na laana hizi zote BWANA, Mungu wako, atawatia adui zako na hao wakuchukiao, waliokuwa wakikutesa. Nawe utarudi, uitii sauti ya BWANA, na kuyafanya maagizo yake yote nikuagizayo leo (Kumbukumbu la Torati 30:2-8).

Kama Mungu alivyowaahidi watu wake aliowachagua Israeli katika vifungu hivi, aliwakusanya watu wake waliokuwa wametawanyika ulimwenguni kote na akawaacha waichukue tena nchi yao katika maelfu ya miaka, na kuwaweka juu ya mataifa yote ya duniani. Hata hivyo, Israeli imeshindwa kutambua upendo mkuu wa Mungu kupitia kwa kusulubishwa kwa Yesu na upaji wake wa ajabu wa kuumba na kukuza wanadamu lakini bado anafuata matendo ya kufuata sheria na mapokeo ya wazee.

Mungu wa upendo anatamani kwa hamu na kuwangojea waache imani zao wenyewe zilizo kombo na wageuke na wawe wana wa kweli haraka iwezekanavyo. Kwanza kabisa, ni lazima wafungue mioyo yao na wamkubali Yesu aliyetumwa na Mungu kama Mwokozi wa wanadamu wote na wapokee msamaha wa dhambi zao. Halafu, ni lazima watambue mapenzi ya kweli ya Mungu yaliyotolea kupitia kwa sheria na wawe na imani ya kweli kwa kushika neno la Mungu kwa bidii kwa kuitahiri mioyo yao ili waweze kufikia wokovu kamilifu

Ninaomba kwa dhati kwamba Israeli itarejesha mfano wa Mungu uliopotea kupitia kwa imani impendezayo Mungu na wawe wanawe wa kweli ili waweze kufurahia baraka zote ambazo Mungu ameahidi na wakae katika utukufu wa mbingu ya milele.

Kuba la Jiwe (The Dome of the Rock), Msikiti wa Kiislamu ulio katika mji mtakatifu wa Yerusalemu uliopotea

Sura ya 4

Tazama na Usikize!

Karibu na Nyakati za Mwisho wa Ulimwengu

Biblia inatueleza wazi juu ya mwanzo wa historia ya wanadamu na mwisho wake. Kwa maelfu machache ya miaka sasa, Mungu ametwambia kupitia kwa Biblia juu ya historia yake ya ukuzaji wa wanadamu. Historia hiyo ilianza na mtu wa kwanza duniani, Adamu, na itafikia mwisho na Kuja kwa Bwana Mara ya Pili hewani.

Katika saa ya Mungu ya historia ya ukuzaji wa wanadamu, saa hii ni saa ngapi na ni siku ngapi na masaa mangapi yamebakia kufikia wakati wa saa kupiga kengele ya masaa ya mwisho ya ukuzaji wa wanadamu? Sasa natuchimbe katika jinsi Mungu wa upendo amepangia na kuweka mapenzi yake ya kuongoza Israeli katika njia ya wokovu.

Kutimia kwa Unabii wa Biblia katika Mkondo wa Historia ya Mwanadamu

Kuna unabii mwingi katika Biblia, na wote ni maneno ya Mungu Mwenyezi na Muumba. Kama isemavyo katika Isaya 55:11, "Ndivyo litakavyokuwa neno langu, litokalo katika kinywa changu; halitanirudia bure, bali litatimiza mapenzi yangu, nalo litafanikiwa katika mambo yale niliyolituma," Maneno ya Mungu kufikia sasa yametimia kisahihi, na kila neno litatimia.

Ni wazi kwamba historia ya Israeli inathibitisha kwamba

unabii wa Biblia umetimia kwa usahihi bila kosa hata dogo kabisa. Historia ya Israeli imekamilishwa tu kulingana na unabii ulionakiliwa katika Biblia. Miaka 400 ya Utumwa wa Israeli kule Misri na Kutoka; kuingia kwao katika nchi ya Kanaani inayotiririka maziwa na asali; kugawanyika kwa ufalme wao na kuwa falme mbili - Israeli na Yuda na kuharibiwa kwao; Kutekwa na Babeli; Kurudi nyumbani kwa Israeli; kuzaliwa kwa Masihi, kusulibishwa kwa Masihi; kuharibiwa kwa Israeli na kutawanyika katika mataifa yote na kuanzishwa tena kwa Israeli kama taifa na uhuru wake.

Historia ya wanadamu iko chini ya udhibiti wa Mwenyezi Mungu, na kila wakati alipokamilisha jambo muhimu, aliwaambia watu wa Mungu kimbele kile ambacho kingetukia (Amosi 3:7). Mungu alimwambia Nuhu kimbele, mtu aliyekuwa mwenye haki na mtakatifu katika wakati wake, kwamba Gharika Kuu ingeangamiza dunia yote. Alimwambia Abrahamu kwamba miji ya Sodoma na Gomora ingeangamizwa na akawafanya Nabii Danieli na Mtume Yohaa wajue yale ambayo yangefanyika wakati wa mwisho wa ulimwengu.

Wingi wa unabii huu ulionakiliwa katika Biblia umetimizwa kwa usahihi, na unabii ambao haujatimia ni Kuja kwa Bwana kwa Mara ya Pili na mambo machache yatakayoutangulia.

Ishara za Mwisho Vipindi vya Miaka

Leo hata tueleze kwa ukali namna gani kwamba huu ni wakati wa mwisho, watu wengi hawataki kuamini. Badala ya kukubali, wanadhani kwamba wale wanasema juu ya nyakati za mwisho ni watu ovyo na hujiepusha na kuwasikiliza. Wanaona kwamba jua litatoka na kutua, watu watazaliwa na kufa na ustaarabu utaendelea kama ulivyokuwa ukiendelea miaka iliyopita.

Biblia inanakili hili kuhusu nyakati za mwisho, "Mkijua kwanza neno hili ya kwamba katika siku za mwisho watakuja na dhihaka zao watu wenye kudhihaki, wafuatao tamaa zao wenyewe, na kusema, Iko wapi ahadi ile ya kuja kwake? Kwa maana, tangu hapo babu zetu walipolala, vitu vyote vinakaa hali iyo hiyo, tangu mwanzo wa kuumbwa" (2 Petro 3:3-4).

Kila wakati mtu anapozaliwa, kuna wakati wake wa kufa pia. Vivyo hivyo, kama tu ilivyokuwa na mwanzo, historia ya mwanadamu pia ina mwisho. Wakati uliowekwa na Mungu ukifika, vitu vyote katika ulimwengu huu vitafika mwisho.

Wakati huo Mikaeli atasimama, jemadari mkuu, asimamaye upande wa wana wa watu wako; na kutakuwa na wakati wa taabu, mfano wake haukuwapo tangu lilipoanza kuwapo taifa hata wakati uo huo; na wakati huo watu wako wataokolewa; kila mmoja atakayeonekana ameandikwa katika kitabu kile. Tena, wengi wa hao walalao katika mavumbi ya nchi wataamka, wengine wapate uzima wa milele, wengine aibu na kudharauliwa milele. Na walio na hekima watang'aa kama mwangaza wa anga; na hao waongozao wengi kutenda haki watang'aa kama nyota milele na milele. Lakini wewe, Ee Danieli, yafunge maneno haya, ukakitie muhuri kitabu, hata wakati wa mwisho; wengi wataenda mbio huko na huko, na maarifa yataongezeka (Danieli 12:1-4).

Kupitia kwa nabii Danieli, Mungu alitabiri yale ambayo yangefanyika nyakati za mwisho. Watu wengine wanasema kwamba unabii uliotolewa kupitia kwa Danieli tayari umetimizwa katika historia iliyopita. Lakini unabii huu utatimia kikamilifu wakati wa mwisho wa historia ya mwanadamu, na unafuatana kabisa na ishara za siku za mwisho za ulimwengu zilizoandikwa katika Agano Jipya.

Unabii huu wa Danieli unahusiana na Kuja kwa Bwana kwa Mara ya Pili. Kifungu cha 1 kinasema, "Na kutakuwa na wakati wa taabu, mfano wake haukuwapo tangu lilipoanza kuwapo taifa hata wakati uo huo; na wakati huo watu wako wataokolewa; kila mmoja atakayeonekana ameandikwa katika kitabu kile," inatueleza juu ya Miaka Saba ya Dhiki Kuu itakayofanyika wakati wa mwisho wa ulimwengu na juu ya wokovu wa kubuga.

Sehemu ya pili ya Kifungu cha 4, inasema, "wengi wataenda mbio huko na huko, na maarifa yataongezeka," inaeleza maisha ya kila siku wanayoishi wanadamu leo. Kwa kuhitimisha, unabii huu wa Danieli hautaji juu ya kuharibiwa kwa Israeli kulikofanyika mwaka wa 70 B.K. lakini unataja juu ya ishara za nyakati za mwisho.

Yesu alisema na wanafunzi wake juu ya ishara za nyakati za mwisho kwa utondoti. Katika Mathayo 24, alisema, "Nanyi mtasikia habari za vita na matetesi ya vita. Taifa litaondoka kupigana na taifa, na ufalme kupigana na ufalme; kutakuwa na njaa, na matetemeko ya nchi mahali mahali. Na manabii wengi wa uongo watatokea, na kudanganya wengi. Na kwa sababu ya kuongezeka maasi, upendo wa wengi utapoa."

Hali ya ulimwengu ikoje leo? Tunasikia habari za vita na matetesi ya vita na ugaidi unaongezeka kila siku. Mataifa hupigana na falme hugeukiana. Kuna njaa nyingi na matetemeko ya ardhi. Kuna aina nyingine nyingi za majanga ya kiasilia, na majanga yanayosababishwa na hali ya hewa isiyokuwa ya kawaida. Zaidi ya hayo, maasi yanazidi kuenea ulimwenguni kote, dhambi na maovu yamesambaa ulimwenguni kote, na upendo wa watu unaendelea kupungua.

Hayo hayo yameandikwa katika Barua ya Pili kwa Timotheo.

Lakini ufahamu neno hili, ya kuwa siku za mwisho kutakuwako nyakati za hatari. Maana watu watakuwa wenye kujipenda wenyewe, wenye kupenda fedha, wenye kujisifu, wenye kiburi, wenye kutukana, wasiotii wazazi wao, wasio na shukrani, wasio safi, wasiowapenda wa kwao, wasiotaka kufanya suluhu, wasingiziaji, wasiojizuia, wakali, wasiopenda mema, wasaliti, wakaidi, wenye kujivuna, wapendao anasa kuliko kumpenda Mungu; wenye mfano wa utauwa, lakini wakikana nguvu zake; hao nao ujiepushe nao (2 Timotheo 3:1-5).

Leo watu hawataki mambo mazuri, bali wanapenda pesa na anasa. Wanatafuta manufaa yao wenyewe na kufanya dhambi na maovu ya kutisha yanayojumuisha uuaji na kuchoma bila kusitasita au dhamiri. Mambo haya yanafanyika kupita kiasi na mambo mengi kama haya yanaendelea juu yetu na karibu yetu kwamba mioyo ya watu imeendelea siku zote kuzidi kufa ganzi kufikia kiasi cha kuwa watu wengi hawashangazwi tena na mambo hayo. Kuona mambo haya yote, hatuwezi kukataa kwamba mkondo wa historia ya wanadamu kwa kweli unaelekea mwisho wa wakati.

Hata historia ya Israeli inatudokezea juu ya ishara za Kuja kwa Mara ya Pili kwa Bwana na wakati wa mwisho wa ulimwengu.

Mathayo 24:32-33 inasema, "Basi kwa mtini jifunzeni mfano; tawi lake likiisha kuchipuka na kuchanua majani, mwatambua ya kuwa wakati wa mavuno u karibu; nanyi kadhalika, myaonapo hayo yote, tambueni ya kuwa yu karibu, milangoni."

"Mtini" hapa unamaanisha Israeli. Mti unaonekana kama ambao ulikufa majira ya baridi lakini majira ya kuchipuza yanapofika, huchipua tena na matawi yake yakakua na kutoa majani mabichi. Kadhalika, tangu kuharibiwa kwa Israeli kulikofanyika mwaka wa 70 B.K., Israeli ilionekana kama ambayo ilikuwa imepotea kabisa kwa miaka elfu mbili lakini wakati aliouchagua Mungu ulipofika, ilitangaza uhuru wake na Nchi ya Israeli ikatangazwa tarehe 14 Mei, 1948.

Cha muhimu zaidi ni kwamba, uhuru wa Israeli unaonyesha kwamba Kuja kwa Yesu Kristo Mara ya Pili kuko karibu sana. Kwa hivyo, Israeli inapaswa kutambua kwamba Masihi, ambaye bado wanamngojea, alikuja duniani na akawa Mwokozi wa wanadamu wote miaka 2,000 iliyopita, na wakumbuke kwamba Mwokozi Yesu atakuja duniani kama Hakimu punde zaidi au baadaye.

Basi ni jambo gani litakalofanyika kwetu sisi tunaoishi katika siku za mwisho kulingana na unabii wa Biblia?

Kuja kwa Bwana Hewani na Kunyakuliwa

Kama miaka 2,000 iliyopita Yesu alisulubiwa na akafufuka siku ya tatu akavunja nguvu za mauti, na baadaye akachukuliwa juu mbinguni na watu wengi waliokuwapo waliona kupaa kwake.

Enyi watu wa Galilaya, mbona mmesimama mkitazama mbinguni? Huyu Yesu aliyechukuliwa kutoka kwenu kwenda juu mbinguni, atakuja jinsi iyo hiyo mlivyomwona akienda zake mbinguni (Matendo 1:11).

Bwana Yesu alifungua lango la wokovu kwa wanadamu kupitia kwa kusulibishwa na kufufuka kwake, na kisha akainuliwa juu mbinguni na kuketi mkono wa kuume wa kiti cha enzi cha Mungu na anatayarisha mahali pa makao ya mbinguni kwa wale waliookolewa. Na hisitoria ya wanadamu itakapoisha, atakuja tena kuturudisha. Kuja kwake kwa Mara ya Pili kunaelezwa vizuri katika 1 Wathesalonike 4:16-17.

Kwa sababu Bwana mwenyewe atashuka kutoka mbinguni pamoja na mwaliko, na sauti ya malaika mkuu, na parapanda ya Mungu; nao waliokufa katika Kristo watafufuliwa kwanza. Kisha sisi tulio hai, tuliosalia, tutanyakuliwa pamoja nao katika mawingu, ili tumlaki Bwana hewani; na hivyo tutakuwa pamoja na Bwana milele. .

Ni mandhari ya ukuu ulioje wakati Bwana akishuka hewani katika mawingu ya utukufu akiwa pamoja na malaika wasiohesabika na majeshi ya mbinguni. Wale waliookolewa watavaa mili ya kiroho isiyoharibika na kukutana na Bwana hewani, na kisha washerehekee karamu ya harusi ya miaka Saba pamoja na Bwana Bwana harusi wetu wa milele.

Wale waliookolewa watainuliwa juu hewani na kukutana na Bwana, ambako kunaitwa "Kunyakuliwa." Ufalme wa hewani unarejelea sehemu ya mbingu ya pili ambayo Mungu alitayarisha kwa ajili ya Karamu ya Harusi ya Miaka Saba.

Mungu aliugawanya ulimwengu wa kiroho katika nafasi chache, na moja yapo ni mbingu ya pili. Mbingu ya pili imegawanywa tena katika maeneo mawili - Edeni ambao ni ulimwengu wa nuru na ulimwengu wa giza. Katika sehemu fulani ya ulimwengu wa nuru kuna nafasi maalum kwa ajili ya Karamu ya Harusi ya Miaka Saba.

Watu waliojipamba kwa imani ya kufikia wokovu katika huu ulimwengu uliojaa dhambi na uovu, watachukuliwa juu hewani kama mabibi harusi wa Bwana, na kisha wakutane na Bwana na wafurahie Karamu ya Harusi kule kwa miaka saba.

Na tufurahi, tukashangilie, tukampe utukufu wake; kwa kuwa arusi ya Mwana-Kondoo imekuja, na mkewe amejiweka tayari. Naye amepewa kuvikwa kitani nzuri, ing'arayo, safi; kwa maana kitani nzuri hiyo ni matendo ya haki ya watakatifu. Naye akaniambia, Andika, Heri walioalikwa karamu ya arusi ya Mwana-Kondoo. Akaniambia, Maneno haya ni maneno ya kweli ya Mungu (Ufunuo 19:7-9).

Wale watakaochukuliwa juu hewani watafarijiwa na Bwana wakati wa Karamu ya Harusi kwa kuushinda ulimwengu na imani, huku wale ambao hawatainuliwa juu watateseka mateso yasiyoelezeka katika dhiki itakayoletwa na pepo wachafu wanaofukuzwa waje duniani katika Kuja kwa Mara ya Pili ya Bwana hewani.

Miaka Saba ya Dhiki Kuu

Huku wale waliookolewa wakifurahia Karamu ya Harusi ya Miaka Saba hewani na kuota juu ya mbingu ya raha na ya milele, dhiki kali zaidi isiyokuwa na mwenziwe katika historia ya wanadamu itaifunika dunia yote na mambo ya kutisha yatafanyika.

Basi Dhiki Kuu ya Miaka Saba Itaanzaje? Kwa kuwa Bwana wetu anarudi hewani na watu wengi sana watanyakuliwa juu wote mara moja. Wale watakaobaki duniani watashikwa na wasiwasi mwingi na mshtuko kwa kupotea kwa ghafla kwa jamaa zao, rafiki na majirani zao na watazunguka zunguka kuwatafuta.

Punde watatambua kwamba Kunyakuliwa walikozungumzia Wakristo kwa kweli kumetukia. Watahisi kutishika kwa kufikiri juu ya Dhiki Kuu ya Miaka Saba itakayokuja juu yao. Watagubikwa na wasiwasi mwingi na hisia za mishtuko. Na marubani wa ndege, meli, gari za moshi, motokaa na magari mengine watakaponyakuliwa kwenda juu mbinguni, kutakuwa na ajali nyingi sana na mioto. Majengo yataanguka, na kisha ulimwengu utajaa mivurugano na ghasia.

Wakati huo mtu mmoja atatokea na alete amani na utaratibu ulimwenguni. Huyo ni mtawala wa Jumuia ya Ulaya. Ataunganisha uwezo wa kisiasa, kiuchumi, na usimamizi wa kijeshi pamoja, na kwa muungano wa nguvu hizo, ataufanya ulimwengu uwe na utaratibu, ataleta amani na uthabiti kwa jamii. Hiyo ndiyo sababu watu wengi sana watafurahia sana kutokea kwake katika uga wa ulimwengu. Wengi watamkaribisha kwa hamu, wamuunge mkono kwa uaminifu na wamsaidie kwa bidii.

Huyo atakuwa mpinga Kristo anayetajwa katika Biblia. Yeye ndiye atakayeongoza Dhiki Kuu ya Miaka Saba, lakini kwa muda fulani ataonekana kama "mjumbe wa amani." Kwa kweli, mpinga Kristo ataleta amani na utulivu kwa watu katika madaraja ya kwanza ya Dhiki Kuu ya Miaka Saba. Kifaa atakachotumia kupata amani ya ulimwengu ni chapa cha mnyama, '666' iliyonakiliwa katika Biblia.

Naye awafanya wote, wadogo kwa wakubwa, na matajiri kwa maskini, na walio huru kwa watumwa, watiwe chapa katika mkono wao wa kuume, au katika vipaji vya nyuso zao; tena kwamba mtu awaye yote asiweze kununua wala kuuza, isipokuwa ana chapa ile, yaani, jina la mnyama yule, au hesabu ya jina lake. Hapa ndipo penye hekima. Yeye aliye na akili, na aihesabu hesabu ya mnyama huyo; maana ni hesabu ya kibinadamu. Na hesabu yake ni mia sita, sitini na sita (Ufunuo

13:16-18).

Chapa cha Mnyama ni nini?

Mnyama ni Tarakilishi. Jumuia ya Ulaya wataweka mashirika yao kwa kutumia uzuri wa tarakilishi. Kwa tarakilishi za Jumuia ya Ulaya kila mtu atapewa tepe ya alama ya siri juu ya mkono wake wa kulia au juu ya kipaji cha uso wake. Tepe ya alama ya siri ndicho chapa cha mnyama? Aina zote za taarifa za kibinafsi alizonazo kila mtu zitawekwa katika tepe ya alama ya siri, na ile tepe ya alama ya siri itiwe mwilini mwake. Mtu akiwa na hiyo tepe ya alama ya siri mwilini mwake, tarakilishi ya Jumuia ya Ulaya itakuwa inaweza kufuatilia, kuangalia, kukagua, na kumdhibiti kila mmoja kwa utondoti kila mahali alipo na kila kitu afanyacho.

Kadi zetu za mikopo za wakati huu na kadi zetu za vitambulisho vitaondolewa na nafasi yao kuchukuliwa na chapa cha mnyama "666." Kisha, watu hawatahitaji tena pesa wala hundi. Hawatajali tena juu ya kupoteza mali zao au kunyang'anywa pesa zao. Pointi hii ya nguvu itahimiza chapa cha mnyama "666" kienee kote ulimwenguni kwa muda mfupi, na bila chapa hicho, mtu hataweza kutambuliwa, na hataweza kuuza wala kununua chochote.

Kuanzia mwanzo wa Dhiki Kuu ya Miaka Saba watu watapokea chapa cha mnyama, lakini hawatalazimishwa kuipokea. Watapendekezwa kuipokea mpaka shirika la Jumuia ya Ulaya liimarike vizuri. Pundi tu nusu ya kwanza ya Dhiki Kuu ya Miaka Saba itakapoisha na shirika hilo kuwa thabiti,

Jumuia ya Ulaya italazimisha kila mtu apewe hicho chapa na haitawasamehe wale watakaokataa kukikubali. Kwa hivyo, Jumuia ya Ulaya itawafunga hao watu kupitia kwa hicho chapa cha mnyama na kuwaelekeza itakavyo.

Mwishowe watu wengi watakaobaki wakati wa Dhiki Kuu ya Miaka Saba watakuwa katika udhibiti wa mpinga Kristo na serikali ya mnyama. Kwa sababu huyu mpinga Kristo atatawaliwa na adui ibilisi, JU-Jumuiya ya Ulaya itawafanya wanadamu wampinge Mungu na kuwaongoza katika njia ya maovu, kutotenda haki, dhambi na uharibifu.

Licha ya hayo, watu wengine hawatajisalimu kwa utawala wa mpinga Kristo. Ni wale waliomwamini Yesu Kristo lakini wakakosa kunyakuliwa mbinguni wakati wa Kuja kwa Mara ya Pili kwa Bwana kwa sababu hawakuwa na imani ya kweli.

Baadhi yao wakati mmoja walimkubali Bwana na wakaishi katika neema ya Mungu, lakini baadaye wakapoteza hiyo neema na wakarudi ulimwenguni, na wengine walikiri imani yao katika Kristo na wakahudhuria kanisani lakini wakaishi katika anasa za ulimwengu kwa sababu walishindwa kuwa na imani ya kiroho. Kuna wengine ambao watakuwa wamemkubali Bwana Yesu Kristo karibuni na Wayahudi wengine wataamshwa kutoka kwa usingizi wao wa kiroho kupitia kwa kunyakuliwa.

Watakaposhuhudia uhalisi wa Kunyakuliwa, watatambua kwamba maneno yote katika Agano la Kale na Agano Jipya yalikuwa kweli, na wataomboleza wakipiga ardhi. Watashikwa na hofu kuu, watubu kwa kutoishi kulingana na mapenzi ya

Mungu, na wajaribu kutafuta njia ya kupokea wokovu.

Na mwingine, malaika wa tatu, akawafuata, akisema kwa sauti kuu, Mtu awaye yote akimsujudu huyo mnyama na sanamu yake, na kuipokea chapa katika kipaji cha uso wake, au katika mkono wake, yeye naye atakunywa katika mvinyo ya ghadhabu ya Mungu iliyotengenezwa, pasipo kuchanganywa na maji, katika kikombe cha hasira yake; naye atateswa kwa moto na kiberiti mbele ya malaika watakatifu, na mbele za Mwana-Kondoo. Na moshi wa maumivu yao hupanda juu hata milele na milele, wala hawana raha mchana wala usiku, hao wamsujuduo huyo mnyama na sanamu yake, na kila aipokeaye chapa ya jina lake. Hapa ndipo penye subira ya watakatifu, hao wazishikao amri za Mungu, na imani ya Yesu (Ufunuo 14:9-12).

Mtu yeyote atayepokea chapa cha mnyama, atalazimishwa kumtii mpinga Kristo anayempinga Mungu. Hiyo ndiyo sababu Biblia inaweka mkazo kwamba kila atakayepokea chapa cha mnyama hawezi kuufikia wokovu. Wakati wa Dhiki Kuu wale wanaojua ukweli huu watajitahidi wasipokee chapa cha mnyama kuonyesha ushahidi kwamba wana imani.

Utambulisho wa mpinga Kristo utaonyeshwa waziwazi. Wale watakaopinga sera zake na kukataa kupokea kile chapa atawaweka katika tabaka la vipengele vichafu katika jamii na awaondoe kutoka katika jamii kwa sababu ya kuharibu amani ya jamii. Na atawalazimisha wamkane Yesu Kristo na wapokee chapa cha mnyama. Wakipinga, watateswa vikali na kuuawa kama wafia dini.

Wokovu kwa Kufa Kifo cha Mfiadini kwa Kutopokea Chapa cha Mnyama?

Mateso kwa wale watakaokataa kupokea chapa cha mnyama wakati wa Dhiki Kuu ya Miaka Saba ni makali sana isivyoweza kufikirika. Mateso hayo yana ukandamizaji wasiyoweza kuvumilia, kwa hivyo ni wachache tu watakaoshinda na kupata nafasi ya mwisho ya wokovu wao. Baadhi yao watasema, "Sitaacha imani yangu katika Bwana. Bado namwamini kutoka moyoni mwangu. Mateso yamenishinda kabisa hata namkana Bwana na kinywa changu. Mungu atanielewa aniokoe" halafu wapokee chapa cha mnyama. Lakini hawawezi kupata wokovu kamwe.

Miaka michache iliyopita nilipokuwa naomba, Mungu alinionyesha katika maono jinsi baadhi ya wale watakaobaki wakati wa Dhiki Kuu watakataa kupokea chapa cha mnyama na watateswa. Kwa kweli ilikuwa mandhari ya kutisha sana! Watesaji walichuna ngozi, wakavunja vifundo vya mwili vipande vipande, wakakata vidole vya mikononi na miguuni, mikono na miguu na kuwamwagia mafuta ya kuchemka.

Wakati wa Vita Vikuu vya Pili, watu waliuawa vya kutisha na mateso yalifanyika na wakafanyia majaribio ya kimatibabu mili iliyokuwa hai. Mateso hayawezi kulinganishwa na yale ya Dhiki Kuu ya Miaka Saba. Baada ya Kunyakuliwa mpinga Kristo ambaye ni mmoja na adui ibilisi atatawala ulimwengu na hatakuwa na huruma au imani na mtu yeyote kamwe.

Adui ibilisi na nguvu za mpinga Kristo zitawashawishi watu kumkataa Yesu kwa njia yoyote wawapeleke jehanamu. Watawatesa waamini, lakini hawatawaua mara moja, na njia za ustadi za mateso na kila aina ya njia za kikatili. Njia aina zote za mateso na vifaa vya kisasa vya mateso vitakavyotumiwa kutesea watu vitawaletea waamini wasiwasi na uchungu. Lakini mateso yale makali peke yake ndiyo yatakayoendelea.

Wale watu waliokuwa wakiteswa walikuwa wanatamani kuuawa haraka, lakini hawawezi kuchagua kufa kwa sababu mpinga Kristo hatawaua kirahisi na wanajua vizuri kwamba kujiua hakuwezi kuwapa wokovu.

Katika hayo maono, Mungu alinionyesha kwamba wengi wa watu hawa hawangeweza kuvumilia uchungu wa mateso na walijisalimisha kwa huyo mpinga Kristo. Kwa muda fulani baadhi yao walionekana kuvumilia na kushinda mateso kwa ujasiri mkali, lakini walipowaona wana wao wapendwa au wazazi wakiteswa kwa njia zilezile waliacha kukataa kwao, wakajisalimisha kwa mpinga Kristo na kisha wakapokea chapa cha mnyama.

Kati ya wale watu walioteswa, wachache sana wenye mioyo safi na kweli watashinda mateso hayo ya kutisha na majaribu yafanywayo kwa werevu ya mpinga Kristo, na wafe vifo vya wafiadini. Kwa hivyo, wale watakaoshika imani yao kupitia kwa kufiadini wakati wa Dhiki Kuu wanaweza kushiriki katika gwaride la wokovu.

Njia ya Wokovu Kutoka kwa Dhiki Inayokuja

Vita Vikuu vya Pili vilipoanza, Wayahudi, waliokuwa wameishi maisha ya amani kule Ujerumani, hawakushuku kwamba mauaji halaiki ya kutisha kama yale ya kuwaua watu milioni 6 yalikuwa yanawangojea. Hakuna mtu aliyejua au kubashiri kwamba Ujerumani iliyokuwa imewapatia amani na uthabiti kiasi ingeweza kugeuka ghafla na kuwa nguvu mbovu katika kipindi cha muda mchache namna hiyo.

Wakati huo, wakiwa hawajui kutafanyika nini, wayahudi hawakuwa wanaweza kufanya chochote kujiepusha na mateso hayo makuu. Mungu anatamani kwamba wateule wake waweze kujiepusha na janga linalokuja katika siku chache zinazokuja. Hiyo ndiyo sababu Mungu alinakili mwisho wa ulimwengu katika Biblia kwa utondoti na amewafanya watu wa Mungu waonye Israeli juu ya Dhiki inayokuja na wawaamshe.

Jambo muhimu zaidi ambalo Israeli inapaswa kujua ni kwamba janga hili la Dhiki haliwezi kuepukwa, na badala ya kulikimbia, Israeli itashikwa katikati ya Dhiki Kuu. Ninatamani utambue kwamba dhiki hii itafanyika hivi karibuni sana na itakujia kama mwizi ukiwa hujajitayarisha. Ni lazima uamke kutoka kwa usingizi wa kiroho kama unataka kuepuka janga hilo la kutisha.

Hivi sasa ndio wakati ambao Israeli lazima iamke! Ni lazima watubu kwamba hawakumtambua Masihi, na wamkubali Yesu Kristo kama Mwokozi wa wanadamu wote, na wawe na imani ya kweli ambayo Mungu anawataka wawe nayo ili waweze kunyakuliwa kwa furaha wakati Bwana akirudi hewani.

Ninakuhimiza ukumbuke kwamba mpinga Kristo atatokea

mbele yako kama mjumbe wa amani kama vile tu Ujerumani ilivyotokea kwa muda kabla Vita Vikuu vya Pili. Ataloa amani na faraja, lakini kwa haraka sana na bila kutarajiwa kabisa, mpinga Kristo atakuwa nguvu kuu, nguvu ambayo wakati huu inakua katika uwezo, na ataleta mateso na janga zaidi ya jinsi tunavyoweza kufikiri.

Vidole gumba Kumi

Biblia ina mafungu mengi ya kinabii ambayo yatafanyika siku za usoni. Hasa, tukitazama unabii ulionakiliwa katika vitabu vya manabii wakuu wa Agano la Kale unatwambia kimbele sio tu juu ya siku za usoni za Israeli, lakini pia juu ya siku za usoni za ulimwengu. Wewe unaona sababu ni nini? Wateule wa Mungu Israeli imekuwako, iko na itakuwa katikati ya historia ya wanadamu.

Sanamu Kuu Iliyonakiliwa katika Unabii wa Danieli

Kitabu cha Danieli kinatabiri si juu ya siku za usoni za Israeli tu peke yake, bali pia juu vile ulimwengu utakavyokuwa katika siku za mwisho kuhusiana na mwisho wa Israeli. Kitabu cha Danieli 2:31-33, Danieli alifasiri ndoto ya Mfalme Nebukadneza kwa msukumo wa Mungu, na ufasiri ule ulikuwa unatabiri yale ambayo yangefanyika wakati wa mwisho wa ulimwengu.

Wewe, Ee Mfalme, uliona, na tazama, sanamu kubwa sana. Sanamu hii, iliyokuwa kubwa sana, na mwangaza wake mwingi sana, ilisimama mbele yako; na umbo lake lilikuwa lenye kutisha. Na sanamu hii kichwa chake kilikuwa ni cha dhahabu safi; kifua chake na mikono yake ni ya fedha; tumbo lake na viuno vyake ni vya shaba; miguu yake ni ya chuma; na nyayo za miguu yake nusu ya chuma na nusu ya udongo (Danieli 2:31-33).

Basi hivi vifungu vinatabiri nini juu ya hali ya ulimwengu katika siku za mwisho?

"Sanamu moja kuu" aliyoona Nebukadneza katika ndoto yake si kitu kingine ila Jumuia ya Ulaya. Leo ulimwengu unatawaliwa na nguvu mbili - Marekani na Jumuia ya Ulaya. Kwa kweli ushawishi wa Urusi na Uchina hauwezi kupuuzwa. Lakini, Marekani na Jumuia ya Ulaya bado zitakuwa na nguvu zenye ushawishi mkubwa zaidi ulimwenguni katika nyanja za uchumi na uwezo wa kijeshi. Wakati huu, JU inaonekana kuwa dhaifu kidogo, lakini itapanuliwa sana. Leo hakuna mtu mwenye tashwishi na hilo. Mpaka sasa Marekani imekuwa taifa la kipekee lenye uwezo zaidi ulimwenguni, lakini polepole JU itakuwa na uwezo zaidi ulimwenguni kote kuliko Marekani.

Miongo michache tu iliyopita, hakuna mtu ambaye angeweza kudhania kuwa nchi za Ulaya zingeweza kuungana na kuwa mfumo mmoja wa serikali. Kwa kweli, nchi za Ulaya zimejadili Jumuia ya Ulaya kwa muda mrefu, lakini hakuna mtu ambaye angehakikishiwa kwamba wangevuka vikwazo vya utambulisho wa kitaifa, lugha, sarafu na vikwazo vingine vingi ili wapate kuunda jumuia moja ya muungano.

Lakini, kuanzia mwisho wa miaka ya 1980, viongozi wa nchi za Ulaya walianza kujadili jambo hili kwa uzito kwa sababu tu ya masuala ya kiuchumi. Wakati wa kipindi cha Vita Baridi nguvu kuu ya kuendeleza utawala ulimwenguni ilikuwa uwezo wa kijeshi, lakini tangu Vita Baridi vilipoisha, nguvu kuu ilihama kutoka kwa uwezo wa kijeshi hadi uwezo wa kiuchumi.

Ili zijitayarishe kwa jambo hili nchi za Ulaya zimekuwa zikijaribu kuungana na matokeo yake, zimekuwa kitu kimoja katika muungano wa kiuchumi. Sasa, jambo moja lililobaki kufanywa ni kuungana kisiasa, kuleta hizo nchi pamoja kama mfumo mmoja wa serikali, na hali ya sasa inachochea jambo hilo.

"Sanamu hii, iliyokuwa kubwa sana, na mwangaza wake mwingi sana, ilisimama mbele yako; na umbo lake lilikuwa lenye kutisha," ambayo Danieli 2:31 inazungumzia, inatabiri juu ukuaji na shughuli za Jumuia ya Ulaya. Inatwambia jinsi Jumuia ya Ulaya itakavyokuwa na nguvu na uwezo.

JU Itakuja Kuwa na Uwezo Mkuu.

JU Itakuja Kuwa na Uwezo Mkubwa namna gani? Danieli 2:32 na kuendelea inatupatia jibu kwa kutueleza kichwa cha sanamu, kifua, mikono, tumbo, viuno, miguu, na nyayo vimetengenezwa na nini.

Kwanza kabisa, Kifungu cha 32 kinasema, "Na sanamu hii kichwa chake kilikuwa ni cha dhahabu safi." Kifungu hiki kinatabiri kwamba JU itakuwa bora kiuchumi na iwe na uwezo mkubwa wa kiuchumi kupitia kwa ulimbikizaji wa mali. Kama ilivyotabiriwa hapa, JU itafaidi na kupata faida nyingi kupitia kwa muungano wa kiuchumi.

Halafu, kifungu hicho hicho kinasema, "kifua chake na mikono yake [ilitengenezwa] ni ya fedha." Inaashiria kuwa JU itaonekana kuwa imeungana kijamii, kitamaduni na kisiasa. Raisi mmoja atakapochaguliwa kuwakilisha JU, kwa nje itapata umoja wa kisiasa, na iungane na kuwa moja kabisa katika vipengele vya kijamii na kitamaduni. Hata hivyo katika mandhari ya umoja usiokuwa kamili, kila nchi itatafuta manufaa yake binafsi ya kiuchumi.

Halafu, inasema, "Tumbo lake na viuno vyake [vilitengenezwa] ni shaba." Hili linaashiria kwamba JU itakamilisha umoja wa kijeshi. Kila nchi ya JU inataka kuwa na nguvu za kiuchumi. Umoja huu wa kijeshi kimsingi lengo lake litakuwa faida ya kiuchumi ambayo ndiyo shabaha kuu. Ili ijumuike katika kunyakua uwezo wa kudhibiti ulimwengu kupitia nguvu ya kiuchumi, kutakuwa hakuna chaguo lingine ila kuungana na nyanja ya kijamii, kitamaduni, kisiasa, na kijeshi.

Mwisho, inasema, "miguu yake ni chuma." Hii inataja msingi mwingine imara wa kutia nguvu na kuunga mkono JU kupitia kwa umoja wa kidini. Katika daraja la kwanza, JU itatangaza Ukatoliki kama dini ya serikali yake. Ukatoliki utapata nguvu n kuwa njia ya kuunga mkono, kutia nguvu na kuendeleza JU.

Maana za Kiroho za Vidole gumba Kumi

JU itakapofaulu kuunganisha nchi nyingi katika eneo lake la ushawishi la kiuchumi, kisiasa, kijamii, kitamaduni, kijeshi, na kidini, mara ya kwanza itajishaua na umoja wake na nguvu zake, lakini polepole wataanza kukumbana na ishara za kutoelewana na kuvunjika.

Katika daraja la kwanza la JU, nchi za JU zitaungana kwa sababu watakubaliana kwa ajili ya manufaa ya kiuchumi ya kila nchi. Lakini, wakati unapoyoyoma kutakuwa na tofauti na kutoelewana kwa kijamii, kitamaduni, kisiasa na kiitikadi kutakakoibuka kati yao. Kisha ishara mbalimbali za mgawanyiko zitajitokeza. Hatimaye, migongano ya kidini itajitokeza wazi - migongano kati ya Ukatoliki na Uprotestanti.

Danieli 2:33 inasema, "...na nyayo za miguu yake nusu ya chuma na nusu ya udongo." Maanake ni kwamba baadhi ya vidole gumba kumi vimetengenezwa na chuma, na vile vingine ni vya udongo. Vidole gumba Kumi haviwakilishi "nchi 10 za JU." Vinawakilisha "Nchi tano wakilishi zinazoamini Ukatoliki na nchi nyingine tano wakilishi zinazoamini Uprotestanti."

Kama vile chuma na udongo haviwezi kuchanganywa na kuunganishwa, nchi ambazo Ukatoliki unatawala na zile ambazo Uprotestanti unatawala haziwezi kuunganishwa kikamilifu, yaani, zile zinazotawala na zile zinazotawaliwa haziwezi kuchanganyika.

Ishara za kutoelewana katika JU zinapoongezeka, watazidi kuhisi kwamba ni lazima waunganishe nchi katika dini, na Ukatoliki utapata nguvu zaidi mahali pengi zaidi.

Kwa hivyo, kwa ajili ya manufaa ya kiuchumi Jumuia ya Ulaya itaundwa katika siku za mwisho, na kisha utainuka na uwezo mkubwa. Baadaye JU utaunganisha dini yake iwe Ukatoliki na umoja wa JU utakuwa na nguvu zaidi, mwishowe JU itajitokeza kama mungu wa sanamu.

Miungu ya sanamu ni vitu vya kuabudiwa na kuheshimiwa na watu. Katika maana hii, JU itaongoza utaratibu wa ulimwengu na uwezo mkubwa, na itawale ulimwengu kama mungu wa sanamu mwenye nguvu.

Vita Vikuu vya Tatu na Jumuia ya Ulaya

Kama ilivyosemwa hapo juu, Bwana wetu akija tena hewani wakati wa mwisho wa ulimwengu, waamini wengi wasiohesabika watanyakuliwa juu hewani kwa wakati mmoja, na ghasia kubwa itafanyika duniani. Wakati huo JU itachukua uwezo na kutawala juu ya ulimwengu kwa jina la kuweka amani na utaratibu wa ulimwengu wote katika muda mfupi, lakini baadaye, JU itampinga Bwana na kuongoza Dhiki Kuu ya Miaka Saba.

Baadaye, wanachama wa JU watatengana kwa sababu wao watatafuta manufaa yao wenyewe. Hili litafanyika katikati ya Dhiki Kuu ya Miaka Saba. Mwanzo wa Dhiki Kuu ya Miaka Saba, kama ilivyotabiriwa katika Sura ya 12 ya Kitabu cha Danieli, itafanyika kulingana na utaratibu wa historia ya Israeli na historia ya ulimwengu.

Baada tu ya hiyo Dhiki Kuu ya Miaka Saba kuanza, JU itazidi kupata uwezo mkubwa sana na nguvu. Watachagua raisi mmoja wa Jumuiya hiyo. Itafanyika tu baada ya wale walimkubali Yesu Kristo kama Mwokozi na kupokea haki ya kuwa wana wa Mungu kufumba na kufumbua wanageuzwa na kunyakuliwa juu mbinguni wakati wa kuja kwa Bwana kwa Mara ya Pili hewani. Wayahudi wengi ambao hawampokei Yesu kama Mwokozi watabaki duniani na wateseke katika Dhiki Kuu ya Miaka Saba. Mashaka na tisho la Dhiki Kuu litakuwa kubwa hata haviwezi kuelezeka. Dunia itajaa vitu vya kutisha pamoja na vita, mauaji, kuuawa kisheria, njaa, magonjwa, na majanga ya kupita kiasi cha chochote katika hisroria ya wanadamu.

Mwanzo wa Dhiki Kuu ya Miaka Saba utaashiriwa kule Israeli na vita vitakavyoanza kati ya Israeli na Mashariki ya Kati. Migogoro mikali sana imekuwako kati ya Israeli na mataifa mengine ya Mashariki ya Kati na migongano ya mipaka hayajaisha kamwe. Katika siku za usoni migogano hiyo itakuwa mibaya zaidi. Vita vikali vitaanza kwa sababu nchi zenye uwezo ulimwenguni zitaingilia mambo ya mafuta. Watazozana ili wapate jina kuu na uzuri katika mambo ya kimataifa.

Marekani ambayo imekuwa rafiki wa jadi wa Israeli itasaidia Israeli kwa muda mrefu sana. Jumuia ya Ulaya, Uchina, na Urusi, ambao wako kinyume na Marekani, watashikana na Mashariki ya Kati, kisha Vita Vikuu vya Tatu vitaanza kati ya makundi hayo.

Vita Vikuu vya Tatu vitakuwa tofauti kabisa na Vita Vikuu vya Pili katika kigezo chake. Wakati wa Vita Vikuu vya II, zaidi ya watu milioni 50 waliuawa au walikufa kwa sababu ya hivyo vita. Sasa nguvu ya silaha za kisasa pamoja na mabomu ya nyuklia, silaha za kemikali na za kibayolojia, na nyingine nyingi haziwezi kulinganishwa na zile za Vita Vikuu vya Pili, na matokeo ya matumizi yake yatakuwa yanashangaza kuliko unavyodhani.

Aina zote za silaha pamoja na mabomu ya nyuklia na silaha mbalimbali za kisasa ambazo zimevumbuliwa zitatumiwa bila huruma, na uharibifu usioweza kuelezeka na mauaji yatafuata. Nchi zitakazokuwa zinapigana zitaharibiwa kabisa na kufanywa maskini. Huo hautakuwa mwisho wa hivyo vita. Mlipuko wa nyuklia utafuatwa na ununurishi, na uchafuaji wa ununurishi, mabadiliko makali ya hali ya hewa na majanga yataenea kote duniani. Kwa sababu hiyo, dunia yote pamoja na zile nchi zitakazokuwa zikipigana zitakuwa jehanamu hapa duniani.

Katikati yake, watacha mashambulizi ya silaha za nyuklia kwa sababu silaha za nyuklia zikitumiwa zaidi, zitatishia kuwako kwa wanadamu wote. Lakini silaha nyingine zote na idadi kubwa sana ya majeshi watachochea vita zaidi. Marekani, Uchina, na Urusi hawataweza kujirejesha.

Nchi nyingi za ulimwengu zitakuwa karibu kuanguka, lakini JU itaepuka madhara mabaya zaidi. JU itaahidi kusaidia Uchina na Urusi, lakini wakati wa vita, JU haitahusika kiutendaji katika mapigano hayo hivyo basi haitapata hasara kubwa kama wengine watakavyopata.

Wakati mataifa mengi yenye uwezo mkubwa ulimwenguni, yatakapopata hasara ya kiasi kikubwa, na kupoteza uwezo wao katika hicho kimbunga cha vita ambavyo havijawahi kuwako, JU itakuwa muungano wa kitaifa wa pekee, utakaokuwa na uwezo mkubwa zaidi na utatawala ulimwengu. Hapo mwanzo JU itatazama tu vita vikiendelea na nchi nyingine zitakapokuwa zimeharibiwa kabisa kiuchumi na kijeshi, ndipo JU itajitokeza na kuanza kusuluhisha hivyo vita. Nchi nyingine hazitakuwa na lingine la kufanya ila kufuata uamuzi wa JU kwa sababu zitakuwa zimepoteza uwezo wao wote.

Kuanzia hapo na kwendelea, nusu ya pili ya Dhiki Kuu ya Miaka Saba itaanza. Na katika miaka mitatu na nusu itakayofuata, mpingakristo, ambaye ni mtawala wa JU, atatawala ulimwengu wote na kujitangaza. Mpingakristo atawaumiza na kuwatesa wale watakaompinga.

Asilia Halisi ya Mpingakristo Inafunuliwa

Katika awamu za kwanza za Vita Vikuu vya III, nchi nyingi zitakuwa zimepata hasara kubwa kutoka kwa hivyo vita na JU itaziahidi ufadhili wa kiuchumi kupitia kwa Uchina na Urusi. Israeli itakuwa imetolewa sadaka kama kitovu lengwa cha hivyo vita na wakati huu JU itaahidi kujenga hekalu takatifu la Mungu ambalo Israeli imelitamani sana. Kwa kupata kutulizwa namna hii na JU, Israeli itaanza kutamani kurejeshwa upya kwa utukufu waliofurahia katika baraka za Mungu miaka mingi iliyopita. Na kwa sababu hiyo wao pia wataungana na JU.

Kwa sababu ya ufadhili wake kwa Israeli, Raisi wa JU atachukuliwa kuwa mwokozi wa Wayahudi. Vita vya Mashariki ya Kati vilivyokuwa vinaendelezwa vitaonekana kufikia mwisho, na watarejesha tena Nchi Takatifu na kujenga hekalu takatifu la Mungu. Wataamini kwamba Masihi na Mfalme wao, ambaye wamemngojea kwa muda mrefu sana, hatimaye amekuja na kurejesha Israeli kikamilifu na kuwatukuza.

Lakini matarajio yao na furaha yataanguka upesi. Hekalu takatifu la Mungu litakapojengwa kule Yerusalemu, jambo lisilotarajiwa litafanyika. Jambo hili limetabiriwa kupitia Kitabu cha Danieli.

Naye atafanya agano thabiti na watu wengi kwa muda wa juma moja; na kwa nusu ya juma hiyo ataikomesha sadaka na dhabihu; na mahali pake litasimama chukizo la uharibifu; na hivyo, hata ukomo, na ghadhabu iliyokusudiwa imemwagwa juu yake mwenye kuharibu (Danieli 9:27).

Na wenye silaha watasimama upande wake, nao watapatia unajisi mahali patakatifu, ndiyo ngome, nao wataondoa sadaka ya kuteketezwa ya kila siku, Nao watalisimamisha chukizo la uharibifu (Danieli 11:31).

Na tangu wakati ule ambapo sadaka ya kuteketezwa ya daima itaondolewa, na hilo chukizo la uharibifu litakaposimamishwa, itapata siku elfu na mia mbili na tisini (Danieli 12:11).

Hivi vifungu vitatu vyote vinadokezea juu ya kisa kimoja kilicho katika vyote. Hiki ni kisa kilekile kitakachofanyika siku za mwisho, na hata Yesu alizungumza juu ya siku za mwisho kwa kutumia hiki kifungu.

Alisema katika Mathayo 24:15-16, "Basi hapo mtakapoliona chukizo la uharibifu, lile lililonenwa na nabii Danieli, limesimama katika patakatifu (asomaye na afahamu), ndipo walio katika Uyahudi na wakimbilie milimani."

Hapo mwanzo Wayahudi wataamini kwamba JU imejenga upya hekalu takatifu la Mungu katika Nchi Takatifu ambayo wameichukulia kuwa takatifu, lakini chukizo litakaposima katika mahali patakatifu, watashtuka na kutambua kwamba imani yao imekuwa makosa kitambo. Watatambua kwamba wameacha kumwangalia Yesu Kristo na kwamba yeye ndiye Masihi wao na Mwokozi wa wanadamu.

Hii ndiyo sababu hasa ya kwamba Israeli lazima iamshwe wakati huu. Kama Israeli haitaamshwa wakati huu, hawataweza kutambua ukweli kwa wakati unaofaa. Israeli itatambua ukweli kuchelewa sana, na hivyo basi itakuwa haiwezi kubadilika.

Kwa hivyo ninatamani sana kwa ari kwamba wewe, Israeli, uamke ili usianguke katika majaribu ya mpingakristo na kupokea chapa cha mnyama. Ukidanganywa na maneno mororo na ya kujaribu ya mpingakrito akikuahidi amani na ustawi na upokee chapa cha mnyama, "666," utalazimika kuanguka katika njia ya kifo cha milele kisichobadilika.

Jambo la kusikitisha zaidi ni kwamba, ni baada ya utambulisho wa mnyama kufunuliwa tu peke yake, kama alivyotabiri Danieli, ndipo Wayahudi wengi watatambua msisitizo wa imani yao ulikuwa makosa. Kupitia kwa kitabu hiki, ninatamani kwamba utamkubali Masihi aliyetumwa na Mungu tayari na ujiepushe kuingia katika Dhiki Kuu ya Miaka Saba.

Kwa hivyo, kama nilivyokwambia awali, ni lazima umkubali Yesu Kristo na uwe na imani ya kweli machoni pa Mungu. Hiyo ndiyo njia peke yake ya wewe kuweza kuiepuka hiyo Dhiki Kuu ya Miaka Saba.

Inasikitisha kama utashindwa kunyakuliwa juu mbinguni na uachwe duniani wakati wa Kuja kwa Pili kwa Bwana! Lakini kwa bahati nzuri utapata nafasi ya mwisho ya wokovu wako.

Nimekusihi kwa bidii umkubali Yesu Kristo mara moja, uishi katika ushirika na ndugu na madada katika Kristo. Lakini hata sasa hujachelewa sana kujifunza kupitia kwa Biblia na kitabu hiki jinsi utaweza kuhifadhi imani yako katika Dhiki Kuu inayokuja na uione njia ambayo Mungu ameitayarisha kwa ajili ya nafasi yako ya mwisho ya wokovu, na uongozwe na uifikie njia hiyo.

Upendo wa Mungu Usio na Mwisho

Mungu ametimiza upaji wake kwa wokovu wa wanadamu kupitia kwa Yesu Kristo, bila kujali kabila wala taifa, kila amwaminiye Yesu kama Mwokozi na kufanya mapenzi ya Mungu, Mungu amemfanya mwanawe na kumruhusu afurahie uzima wa milele.

Lakini ni kitu gani kimefanyika kwa Israeli na watu wake? Wengi wao hawajamkubali Yesu Kristo na wanakaa mbali na njia ya wokovu. Inasikitisha sana kwamba watashindwa kutambua njia ya wokovu kupitia kwa Yesu Kristo hata kufikia wakati wa Bwana kuja tena hewani na wana wa Mungu waliookolewa wanyakuliwe hewani kutoka duniani!

Basi mteule wa Mungu Israeli atafanyika nini? Je, wataachwa nje ya gwaride la wana wa Mungu waliookolewa? Mungu wa upendo ametayarisha mpango wa ajabu kwa ajili ya Israeli, wakati wa mwisho wa historia ya mwanadamu.

Mungu si mtu, aseme uongo; wala si mwanadamu, ajute; iwapo amesema, hatalitenda? Iwapo amenena, hatalifikiliza? Hesabu 23: 19

Ni upaji gani wa mwisho ambao Mungu ameupanga kwa ajili ya Israeli katika nyakati za mwisho? Mungu ametayarisha njia ya "wokovu wa masazo" kwa ajili ya mteule wake Israeli ili waweze kuingia katika wokovu kwa kutambua kwamba Yesu waliyemsulibisha ndiye Masihi ambaye wamemtarajia kwa muda mrefu sana na watubu dhambi zao kikamilifu mbele za Mungu.

Wokovu wa Masazo

Wakati Dhiki Kuu ya Miaka Saba, kwa sababu wameshuhudia watu wengi wakinyakuliwa juu mbinguni na kujua ukweli, watu wengine watakaoachwa nyuma duniani wataamini na kukubali mioyoni mwao ukweli kwamba mbinguni na jehanamu kweli viko, Mungu yu hai, na Yesu Kristo ndiye Mwokozi wetu peke yake. Licha ya hayo, watajaribu wasipokee chapa cha Mnyama. Baada ya kunyakuliwa, watabadilika ndani yao, wasome neno la Mungu lililonakiliwa katika Biblia, wakusanyike pamoja na wawe na ibada na wajaribu kuishi kwa kufuata neno la Mungu.

Mwanzo mwanzo wa Dhiki Kuu watu wengi wataweza kuishi maisha ya kidini na hata kuwahubiri wengine kwa sababu kutakuwa bado hakuna mateso yoyote ya kupangwa. Hawatapokea chapa cha mnyama kwa sababu watakuwa wamejua tayari kwamba hawawezi kupokea wokovu wakiwa na hicho chapa. Watajaribu wawezavyo kuishi maisha yafaayo kupata wokovu hata wakati wa Dhiki Kuu. Lakini itakuwa vigumu kweli kwao kushika imani yao kwa sababu Roho Mtakatifu atakuwa ameondoka ulimwenguni.

Wengi wao watalia sana kwa sababu watakuwa hawana mtu wa kuongoza ibada na kuwasaidia kuongeza imani yao. Watalazimika kushika imani yao bila ulinzi na nguvu za Mungu. Wataombeleza kwa sababu watalazimika kujuta kwamba hawakufuata mafundisho ya neno la Mungu ingawa walishauriwa wamkubali Yesu Kristo na waishi maisha ya imani kwa uaminifu. Watalazimika kushika imani yao katika kila aina ya majaribu na mateso katika ulimwengu huu ambamo watakuwa na ugumu sana wa kupata neno la kweli la Mungu.

Baadhi yao watajificha ndani ya milima iliyo mbali sana wasipokee chapa cha Mnyama, '666.' Watalazimika kutafuta mizizi ya miti na mimea na waue wanyama ili wapate chakula kwa sababu watakuwa hawawezi kununua wala kuuza chochote ili wapate chakula bila chapa cha mnyama. Lakini wakati wa nusu ya pili ya Dhiki Kuu, kwa miaka mitatu na nusu, jeshi la mpingakristo litawafukuza waamini kwa ukali na uangalifu. Haijalishi watajificha katika mlima ulio mbali namna gani, watavumbuliwa na kuchukuliwa na jeshi hilo.

Serikali ya mnyama itawachukua wale ambao watakuwa hawajapokea chapa cha mnyama na wawalazimishe kumkana Bwana na wapokee hicho chapa kwa kutumia mateso makali sana. Hatimaye wengi wao watajisalimisha na wawe hawana lingine ila kupokea chapa kwa sababu ya maumivu na vitisho vya hali ya juu watakavyopata.

Jeshi litawaangika ukutani na wakiwa uchi na litoboe mili yao kwa keekee. Watauchuna ngozi mwili wote kuanzia kichwa hadi vidote. Watawatesa watoto wao mbele yao. Mateso ambayo hilo jeshi litawapatia ni ya ukatili wa kupita kiasi hivyo basi itakuwa vigumu sana kwao kufa vifo vya wafiadini.

Hiyo ndiyo sababu wachache tu watakaoshinda mateso hayo yote kwa nia thabiti yenye nguvu, ipitayo mipaka ya uwezo wa mwanadamu na wafe vifo vya wafiadini wataweza kupokea wokovu na wafike mbinguni. Kwa hivyo, watu wengine wataokolewa kwa kushika imani yao bila kumsaliti Bwana na kutoa maisha yao wafe kama wafiadini chini ya udhibiti wa mpingakristo wakati wa Dhiki Kuu. Huu unaitwa "Wokovu wa masazo."

Mungu ana siri za ndani ambazo amezitayarisha kwa ajili ya wokovu wa masazo wa mteule wa Mungu Israeli. Ni Mashahidi Wawili na mahali paitwapo Petra.

Kutokea na Huduma ya Mashahidi Wawili

Ufunuo 11:3 inasema, "Nami nitawaruhusu mashahidi wangu wawili, nao watatoa unabii siku elfu na mia mbili na sitini, hali wamevikwa magunia." Mashahidi Wawili ndio watu ambao Mungu amepanga katika mpango wake kabla ulimwengu haujaumbwa kumwokoa mteule wake, Israeli. Watawashuhudia Wayahudi kule Israeli kwamba Yesu Kristo peke yake ndiye Masihi aliyetabiriwa katika Agano la Kale.

Mungu amesema nami kuhusu hawa Mashahidi Wawili. Aliwaelezea kwamba si wazee, wanatembea katika haki, na wana mioyo adilifu. Aliniambia ni aina ya maungamo atakayofanya mmoja wapo mbele za Mungu. Ungamo lake linasema kwamba ameamini Dini ya Kiyahudi, lakini akasikia kwamba watu wengi wanamwamini Yesu Kristo kama Mwokozi na kusema juu yake. Kwa hivyo, anamwomba Mungu amsaidie kuchanganua ni lipi la kweli na sawa, akisema

"Ee Mungu!

Tatizo lililo moyoni mwangu ni nini?
Ninaamini mambo yote ni kweli
yale niliyoyasikia kutoka kwa wazazi wangu na nikayasema
tangu nikiwa mtoto,
lakini sasa haya matatizo na maswali yaliyo moyoni
mwangu ni yapi?

Watu wengi husema na kunena kuhusu Masihi.

Lakini kama tu mtu anaweza kunionyesha
kwa ushahidi wa kweli na wazi
kama ni haki kuyaamini
au kuamini tu yale niliyosikia tangu nikiwa mtoto,
Nitafurahi na kushukuru.

Lakini siwezi kuona chochote,
na kufuata yale ambayo hawa watu wanazungumzia.
Sina budi kuyachukulia mambo hayo yote kuwa
hayana maana na ni upuzi
niliyoyashika tangu nikiwa mtoto,
Ya kweli ni yapi machoni mwako?

Baba Mungu!
Ukitaka,
nionyeshe mtu
ni nani anayeweza kuthibitisha kila kitu na
kufahamu kila kitu.

Naaje mbele yangu na anifundishe
ya sahihi kweli na ya kweli ni yapi.

Ninapotazama juu mbinguni,
Nina tatizo hili moyoni mwangu,
na kama mtu yeyote anaweza kutatua tatizo hili,
tafadhali nionyeshe mtu huyo.

Siwezi kusaliti kutoka moyoni mwangu mambo
hayo yote niliyoamini,
na ninapotafakari juu ya mambo haya yote,
kama kuna mtu yeyote anayeweza
kunifundisha na kunionyesha,
kama tu anaweza kunionyesha kile kilicho cha kweli,
isiwe kwamba ninasaliti mambo yote
niliyojifunza na kuyaona.

Kwa hivyo, Baba Mungu!
Tafadhali nionyeshe.

Nipe ufahamu kuhusu mambo haya yote.

Ninatatizwa na mambo mengi sana.
Ninaamini kwamba mambo haya yote
niliyosikia mpaka sasa ni kweli.

Lakini ninapotafakari juu yao kila mara,
Nina maswali mengi, na kiu yangu haijatoshelezwa;
Kwa nini iwe hivyo?

Kwa hivyo, ikiwa tu ninaweza kuona mambo haya yote na ninaweza kuwa na uhakika nayo;
ikiwa tu ninaweza kuwa na uhakika kwa huu si usaliti dhidi ya njia niliyoiendea mpaka sasa;
ikiwa tu ninaweza kuona ukweli halisi ni upi;
ikiwa tu ninaweza kujua mambo yote
Ambayo nimekuwa nikiyafikiria,
basi nitaweza kupata amani moyoni mwangu."

Mashahidi Wawili, Wayahudi, wanatafuta kwa undani ukweli safi, na Mungu atawajibu na awatumie mtu wa Mungu. Kupitia kwa mtu wa Mungu watatambua upaji wa Mungu kuwakuza wanadamu na kumkubali Yesu Kristo. Watakaa duniani wakati wa Dhiki Kuu ya Miaka Saba na wafanye huduma ya toba na wokovu wa Israeli. Watapokea nguvu maalum ya Mungu na wamshuhudie Yesu Kristo kwa Israeli.

Watajitokeza wakiwa wametakaswa kikamilifu machoni pa Mungu, na wafanye huduma yao kwa miezi 42 kama ilivyoandikwa katika Ufunuo 11:2. Sababu ya kwamba hao Mashahidi Wawili watoke Israeli ni kwamba mwanzo na mwisho wa injili ni Israeli. Injili ilienezwa kwa ulimwengu na Mtume Paulo, na sasa kama injili itafika Israeli tena, ambako ndiko mahali ilipoanzia, basi kazi za injili zitakamilika.

Yesu alisema katika Matendo 1:8, "lakini mtapokea nguvu, akiisha kuwajilia juu yenu Roho Mtakatifu; nanyi mtakuwa mashahidi wangu katika Yerusalemu, na katika Uyahudi wote, na Samaria, na hata mwisho wa nchi." "Mwisho wa nchi" hapa inarejelea Israeli ambayo ndiyo hatima ya mwisho ya Injili.

Mashahidi Wawili watahubiri ujumbe wa msalaba kwa Wayahudi na wawaeleze kuhusu njia ya wokovu na nguvu za moto za Mungu. Na watafanya maajabu ya kushangaza na ishara za miujiza kuthibitisha ujumbe huo. Watakuwa na nguvu ya kufunga mbingu, ili mvua isinyeshe wakati wa siku zao za kutabiri; na watakuwa na nguvu juu ya maji kuyageuza kuwa damu, na kupiga nchi na kila aina ya tauni, kila mara kama wanavyotaka.

Kupitia kwa hayo Wayahudi wengi watamrudia Bwana, lakini wakati huohuo wengine dhamiri zao zitachomwa na watajaribu kuwaua hao Mashahidi Wawili. Sio tu hao Wayahudi, lakini pia watu wengi waovu wa nchi nyingine chini ya udhibiti wa mpingakristo watawachukia sana hawa Mashahidi Wawili na wajaribu kuwaua.

Kufiadini kwa Mashahidi Wawili na Kufufuka Kwao

Nguvu watakazokuwa nazo hao Mashahidi Wawili zitakuwa kubwa sana hivi kwamba hakuna mtu atakayethubutu kuwadhuru. Hatimaye mamlaka ya taifa yatashiriki katika kuwaua. Lakini sababu kwamba hao Mashahidi Wawili watauawa si kwa sababu ya mamlaka ya taifa, lakini ni kwa sababu ni mapenzi ya Mungu kwamba waifie dini katika wakati uliopangwa. Mahali ambapo wataifia dini si mahali pengine ila mahali palipo sulibishwa Yesu, na inadokezea kufufuka kwao.

Yesu aliposulibiwa, askari wa Kirumi walilinda kaburi ili mtu yeyote asichukue mwili wake. Lakini mwili wake haukuonekana baadaye kwa sababu alifufuliwa. Watu watakaowaua hao Mashahidi Wawili watakumbuka jambo hili na waingiwe na wasiwasi kwamba mtu fulani anaweza kuichukua mili yao. Kwa hivyo, hawataruhusu mili yao izikwe kaburini bali watailaza mili yao barabarani ili watu wote ulimwenguni waweze kuitazama mili yao. Kuiona mili yao, wale watu waovu waliochomwa katika dhamiri zao kwa sababu ya injili iliyohubiriwa na hao Mashahidi Wawili watafurahia sana juu ya kufa kwao.

Ulimwengu wote utafurahi na kusherehekea, na vyombo vya habari vitaeneza habari ya vifo vyao kwa ulimwengu kupitia Kwa setilaiti kwa siku tatu na nusu. Baada ya siku tatu na nusu hao Mashahidi Wawili watafufuka. Watafanywa kuwa hai tena, watainuliwa na kunyakuliwa juu mbinguni katika wingu la utukufu kama tu Eliya alivyochukuliwa juu mbinguni katika kimbunga. Mandhari hii ya kushangaza itatangazwa ulimwenguni kote na watu wengi wasiohesabika wataitazama.

Na katika saa hiyo kutakuwa na tetemeko kubwa la ardhi, na sehemu ya kumi ya mji itaanguka, na watu elfu saba watauawa katika tetemeko hilo la ardhi. Ufunuo 11:3-13 inaeleza jambo hili kwa utondoti ifuatavyo.

"Nami nitawaruhusu mashahidi wangu wawili, nao watatoa unabii siku elfu na mia mbili na sitini, hali wamevikwa magunia. Hao ndio ile mizeituni miwili na vile vinara viwili visimamavyo mbele za Bwana wa nchi. Na mtu akitaka kuwadhuru, moto hutoka katika vinywa vyao na kuwala adui zao. Na mtu akitaka kuwadhuru, hivyo ndivyo impasavyo kuuawa. Hao wana amri ya kuzifunga mbingu, ili mvua isinyeshe katika siku za unabii wao. Nao wana amri juu ya maji kuyageuza kuwa damu, na kuipiga nchi kwa kila pigo, kila watakapo. Hata watakapoumaliza ushuhuda wao, yule mnyama atokaye katika kuzimu atafanya vita nao, naye atawashinda na kuwaua. Na mizoga yao itakuwa katika njia ya mji ule mkuu, uitwao kwa jinsi ya roho Sodoma, na Misri, tena ni hapo Bwana wao aliposulibiwa. Na watu wa hao jamaa na kabila na lugha na taifa waitazama mizoga yao siku tatu u nusu, wala hawaiachi mizoga yao kuwekwa kaburini. Nao wakaao juu ya nchi wafurahi juu yao na kushangilia. Nao watapelekeana zawadi wao kwa wao, kwa kuwa manabii hao wawili waliwatesa wao wakaao juu ya nchi. Na baada ya siku hizo tatu u nusu, roho ya uhai itokayo kwa Mungu ikawaingia, wakasimama juu ya miguu yao; na hofu kuu ikawaangukia watu waliowatazama. Wakasikia sauti kuu kutoka mbinguni ikiwaambia, Pandeni hata huku. Wakapanda mbinguni katika wingu, adui zao wakiwatazama. Na katika saa ile palikuwa na tetemeko kuu la nchi, na sehemu ya kumi ya mji ikaanguka; wanadamu elfu saba wakauawa katika tetemeko lile. Na waliosalia wakaingiwa na hofu, wakamtukuza Mungu wa mbingu (Ufunuo 11:3-13).

Hata wawe wakaidi namna gani, kama wana uzuri hata mchache tu mioyoni mwao, watatambua kwamba tetemeko kubwa la ardhi na kufufuka na kupaa mbinguni kwa wale Mashahidi Wawili ni kazi za Mungu, na watamtukuza Mungu. Na watalazimika kukiri ukweli kwamba Yesu alifufuliwa na nguvu za Mungu kama miaka 2,000 iliyopita. Hata baada ya matukio haya watu wengine waovu hawatamtukuza Mungu.

Ninamhimiza nyote mkubali upendo wa Mungu. Hadi dakika ya mwisho Mungu anataka kukuokoa na anatamani kwamba uwasikilize hao Mashahidi Wawili. Hao Mashahidi wawili watashuhudia kwa uwezo mkuu wa Mungu kwamba walitoka kwa Mungu. Watawaamsha watu wengi kuhusu upendo wa Mungu na mapenzi yake juu yao. Na watakuelekeza kutumia nafasi ya mwisho ya wokovu.

Ninakuomba kwa ari kwamba usisimame kando ya adui ambao ni wa ibilisi ambao watakuongoza katika njia ya maangamizi, lakini uwasikilize hao Mashahidi Wawili na uufikie wokovu.

Petra, Kimbilio la Wayahudi

Siri nyingine ambayo Mungu ameipanga kwa ajili ya mteule wake Israeli, ni Petra, kimbilio wakati wa Dhiki Kuu ya Miaka Saba. Isaya 16:1-4 inaeleza kuhusu mahali hapa paitwapo Petra.

Pelekeni wana-kondoo, kodi yake aitawalaye nchi toka Sela kuelekea jangwani, mpaka mlima wa binti Sayuni. Na binti za Moabu watakuwa kama ndege warukao huko na huko, kama kioto cha ndege waliotiwa hofu, kwenye vivuko vya Arnoni. Lete shauri; kata neno; fanya kivuli chako kuwa kama usiku kati ya mchana; wafiche waliofukuzwa; usiwachongee waliopotea. Watu wangu waliofukuzwa waache wakae pamoja nawe; katika habari za Moabu, uwe sitara kwake mbele ya uso wake anayeharibu. Maana yeye atozaye kwa nguvu amekoma; afanyaye ukiwa ametoweka; waliokanyaga watu wametoka katika nchi.

Nchi ya Moabu inaashiria nchi ya Yordani upande wa mashariki Israeli. Petra ni mahali pa akiolojia kusini magharibi mwa Yordani, iliyo katika mteremko wa Mlima Hori katika bonde kati ya milima inayojumuisha upande wa mashariki wa Araba (Hori Araba), bonde kubwa lianzalo Bahari ya Chumvi hadi Ghuba la Akaba. Petra kawaida inahusishwa na Sela ambayo pia maanake ni jiwe, ikiwa na rejeleo la Biblia katika 2 Wafalme 14: 7 na Isaya 16:1.

Baada ya Bwana kuja tena hewani, atapokea watu waliookoka na wafurahie Karamu ya Harusi ya Miaka Saba, na kisha atakuja duniani pamoja nao na kuutawala ulimwengu wakati wa Milenia. Kwa hiyo miaka saba, kutoka kwa Kuja kwa Bwana Mara ya Pili hewani kwa ajili ya unyakuaji mpaka kuja kwake chini duniani, Dhiki Kuu itaenea duniani, na kwa hiyo miaka mitatu na nusu wakati wa nusu ya pili ya Dhiki Kuu - kwa siku 1, 260, watu wa Israeli watajificha mahali pale palipotayarishwa kulingana na mpango wa Mungu. Mahali pa kujificha ni Petra (Ufunuo 12:6-14).

Kwa nini basi Wayahudi wahitaji pale mahali pa kujificha?

Baada ya Mungu kuwachagua watu wa Israeli, Israeli imekuwa ikishambuliwa na kuteswa na kabila nyingi za Mataifa. Sababu ni kwamba ibilisi ambaye siku zote humpinga Mungu amejaribu kuizuia Israeli isipokee baraka kutoka kwa Mungu. Vivyo hivyo vitafanyika wakati wa mwisho wa ulimwengu.

Wayahudi watakapotambua kupitia kwa Dhiki Kuu ya Miaka Saba kwamba Masihi na Mwokozi ni Yesu, aliyekuja duniani miaka 2,000 iliyopita, na wajaribu kutubu, ibilisi atawatesa hadi mwisho ili awazuie Wayahudi wasishike imani yao.

Mungu anayejua kila kitu, ametayarisha mahali pa kujificha kwa ajili ya mteule wake Israeli, kupitia kwa yeye adhihirishe upendo wake kwao na hatazuia upendo wake wenye huruma kwao. Kulingana na upendo huu na mpango wa Mungu, Israeli itaingia katika Petra ijiepushe na waharibifu.

Kama tu alivyosema Yesu katika Mathayo 24:16, "Ndipo walio katika Uyahudi na wakimbilie milimani," Wayahudi wataweza kukimbia kutoka kwa Dhiki Kuu ya Miaka Saba katika mahali pa kujificha kule milimani, na wahifadhi imani yao na waufikie wokovu huko.

Malaika wa kifo alipowaangamiza wazaliwa wote wa kwanza wa Misri, Waebrania waliwasiliana haraka kisiri na wakajiepusha na pigo hilo hilo kwa kuweka damu ya mwanakondoo juu ya mimo na vizingiti vya nyumba zao.

Vivyo hivyo, Wayahudi watawasiliana haraka juu ya mahali kwa kwenda na waende katika mahali pa kujificha kabla serikali ya mpingakristo kuanza kuwashika. Watakuwa wamejua kuhusu Petra kwa sababu wainjilisti wengi wameendelea kutoa ushuhuda kuhusu mahali pa kujificha, na hata kwa wale ambao hawajaamini, watageuza mawazo yao na wapatafute pale mahali pa kujificha.

Hapo mahali pa kujificha hapataweza kuingiza watu wengi sana. Hata kwanza, watu wengi waliotubu kupitia kwa hao Mashahidi Wawili watashindwa kujificha katika Petra na washike imani zao wakati wa Dhiki Kuu na kisha wafe vifo vya wafiadini.

Upendo wa Mungu kupitia kwa Mashahidi Wawili na Petra

Wapendwa ndugu zangu na dada zangu, je umepoteza nafasi ya wokovu kupitia kwa unyakuaji? Basi usisitesite kwenda kwenda katika Petra, nafasi yako ya mwisho ya kupata wokovu iliyotolewa na neema ya Mungu. Muda is muda majanga ya kutisha yataletwa na mpingakristo. Ni lazima ujifiche katika Petra kabla mlango wa neema ya mwisho haujafungwa kwa sababu ya uingiliaji wa mpingakristo.

Je, umeshindwa kupata nafasi ya kuingia Petra? Basi, njia ya pekee kwako kuufikia wokovu na kuingia mbinguni si kumkana Bwana na wala sio kupokea chapa cha mnyama "666." Ni lazima ushinde kila aina ya mateso ya kuogofya na ufe kifo cha mfiadini. Si rahisi kamwe, lakini ni lazima uvifanye ili ujiepushe na mateso ya milele katika ziwa la moto uwakao.

Ninatamani kwa ari kuwa wewe usiache njia ya wokovu kwa kukumbuka upendo wa Mungu usio na mwisho wakati wote na kushinda kila kitu kwa ujasiri. Huku ukiwa unang'ang'ana na kupigana na aina zote za majaribu na mateso ambayo mpingakristo atawapatia, sisi ndugu na akina dada wa imani tutawaombea kwa bidii mpate kushinda.

Lakini tamanio letu la kweli ni wewe umkubali Yesu Kristo kabla mambo haya yote kufanyika, na unyakuliwe juu mbinguni pamoja nasi na uingie katika Karamu ya Harusi Bwana wetu atakapokuja tena. Tunaomba bila kukoma na machozi ya upendo kwamba Mungu atakumbuka matendo ya imani ya mababu zenu na maagano aliyofanya na wao na akupe tena neema kuu ya wokovu mara nyingine.

Katika upendo wake mkuu Mungu ametayarisha Mashahidi Wawili na Petra ili uweze kumkubali Yesu Kristo kama Masihi na Mwokozi na uufikie wokovu. Hadi dakika za mwisho katika historia ya wanadamu ninakuhimiza ukumbuke upendo wa Mungu usiokuwa na mwisho naye hatakuacha.

Kabla hajakutumia Mashahidi Wawili katika kutayarishia Dhiki Kuu inayokuja, Mungu wa upendo ametuma mtu wa Mungu amwambie yale yatakayofanyika wakati wa mwisho wa ulimwengu na akuongoze katika njia ya wokovu. Mungu hataki hata mmoja wenu abaki katikati ya Dhiki Kuu ya Miaka Saba. Hata kama ulikuwa ukae duniani baada ya watu kunyakuliwa, anakutaka wewe ushike na ushikilie fundo la mwisho la kuufikia wokovu. Huo ndio upendo mkuu wa Mungu.

Haitakuwa muda mrefu kabla Dhiki Kuu ya Miaka Saba kuanza. Katika dhiki hiyo ambayo haijawahi kuwako katika historia yote ya wanadamu, Mungu wetu atatimiza mpango wake wa upendo kwako wewe Israeli. Historia ya ukuzaji wa wanadamu itakamilishwa pamoja na kukamilishwa kwa historia ya Israeli.

Tuseme Wayahudi wakielewa mapenzi ya Mungu ya kweli na wamkubali Yesu kama Mwokozi wao hivi sasa. Basi, hata kama historia ya Israeli iliyonakiliwa katika Biblia ingesahihishwa na kuandikwa tena, Mungu angefanya hivyo kwa kupenda. Ni kwa sababu upendo wa Mungu kwa Israeli hauwezi kufikirika.

Lakini Wayahudi wengi wameenda, wanaenda na wataenda

katika njia zao wenyewe mpaka wakutane na dakika ile muhimu. Mungu Mwenyezi anayejua kila kitu kitakachofanyika siku za usoni amepanga nafasi ya mwisho kwa ajili ya wokovu wako na anakuelekeza na upendo wake usio na mwisho.

Angalieni, nitawapelekea Eliya nabii, kabla haijaja siku ile ya BWANA, iliyo kuu na kuogofya: Naye ataigeuza mioyo ya baba iwaelekee watoto wao, na mioyo ya watoto iwaelekee baba zao, ili nisije nikaipiga dunia kwa laana (Malaki 4:5-6).

Ninatoa shukrani zote na utukufu wote kwa Mungu anayeongoza watu kuingia katika njia ya wokovu, si Israeli tu, mteule wake peke yake, bali pia watu wote wa mataifa kwa upendo wake usio na mwisho.

Mwandishi:
Dr. Jaerock Lee

Dr. Jaerock Lee alizaliwa Muan, Jimbo la Jeonnam, katika Jamhuri ya Korea, mwaka 1943. Akiwa na miaka kati ya ishirini na thelathini, Dr. Lee aliugua magonjwa mengi yasiyokuwa na tiba kwa muda wa miaka saba na alikata tamaa ya kupona na akawa anasubiri kifo. Siku moja majira ya kuchipua mwaka 1974, alipelekwa kanisani na dada yake na alipopiga magoti kuomba, Mungu aliye hai alimponya magonjwa yote mara moja.

Tangu wakati Dr. Lee alipokutana na Mungu aishiye kupitia uponyaji huo wa ajabu, amempenda Mungu kwa moyo wake wote na kwa uaminifu, na mnamo mwaka 1978 aliitwa ili awe mtumishi wa Mungu. Aliomba kwa dhati na kufunga mara nyingi sana ili aweze kujua kwa hakika mapenzi ya Mungu, ayatimize yote na kulitii Neno la Mungu. Mwaka 1982, alianzisha Kanisa Kuu la Manmin katika jiji la Seoul, Korea, na kazi nyingi za Mungu, ikiwa ni pamoja na miujiza ya uponyaji na maajabu, vimekuwa vikitendeka katika kanisa hili.

Mnamo mwaka 1986, Dr. Lee aliwekwa wakfu na kusimikwa kama mchungaji katika Mkutano wa Mwaka wa Kanisa la Yesu huko Sungkyul, Korea, na miaka minne baadaye, mwaka 1990, mahubiri yake yalianza kurushwa katika nchi za Australia, Urusi, na Ufilipino. Baada ya muda mfupi nchi nyingine nyingi ziliweza kufikiwa kupitia Far East Broadcasting Company, Kituo cha utangazaji cha Asia Broadcast Station na Washington Christian Radio System.

Miaka mitatu baadaye, mwaka 1993, Kanisa kuu la Manmin lilichaguliwa kuwa moja ya "Makanisa 50 Yanayoongoza Duniani" na jarida la Christian World la Marekani na alipata Shahada ya Heshima ya Uzamivu katika Theolojia (Honorary Doctorate of Divinity) kutoka chuo cha Christian Faith, Florida, Marekani, na katika mwaka 1996 alipata Ph. D. katika Huduma kutoka Kingsway Theological Seminary, Iowa, Marekani.

Tangu mwaka 1993, Dr. Lee amefanya utume/umisionari wa ulimwengu kwa kufanya mikutano mingi huko Tanzania, Argentina, L.A., jiji la Baltimore, Hawaii, na jiji la New York huko Marekani, Uganda, Japani, Pakistani, Kenya, Ufilipino, Hondurasi, India, Urusi, Ujerumani, Peru, Jamhuri ya Kidemokrasia ya watu wa Congo, na Israeli na Estonia.

Mnamo mwaka 2002 alipewa jina la "mwana uvuvio wa ulimwengu" na magazeti maarufu ya Kikristo nchini Korea kutokana na kazi yake katika mikutano mbali mbali aliyoifanya nje ya nchi. Mkutano wa kutajika haswa, ni ule wa 'New York Crusade 2006' ulioandaliwa katika Madison Square Garden, ambao ndio ukumbi maarufu zaidi ulimwenguni. Mkutano huo ulirushwa hewani kwa mataifa 220, na katika mkutano wa 'Israel United Crusade 2009', uliofanyika International Convention Center (ICC) huko Yerusalemu, alitangaza waziwazi kwamba Yesu Kristo ndiye Masihi na Mwokozi.

Mahubiri yake yanapeperushwa hewani kufikia mataifa 176 kupitia mitambo ya setilaiti ikiwemo GCN TV, na pia aliorodheshwa kama mmoja wa 'Viongozi 10 Wa Kikristo wenye Ushawishi Mkubwa' wa mwaka 2009 na 2010 na gazeti maarufu la Russian Christian magazine In Victory na shirika la habari la Christian Telegraph kwa sababu ya vipindi vyake vya televisheni na huduma yake ya kuchunga makanisa ulimwengu mzima.

Kufikia Mei mwaka 2013, Manmin Central Church ina washirika zaidi ya 120,000. Kuna makanisa yapatayo 10,000 ulimwengu mzima ambayo ni matawi ya Manmini Central Church yakiwemo makanisa 56 yaliyoko Korea, na wamisionari zaidi ya 129 wametumwa nchi 23, ikiwemo Marekani, Urusi, Ujerumai, Canada, Japan, China, Ufaransa, India, Kenya, na nyingine nyingi kufikia sasa.

Kufikia kuchapishwa kwa kitabu hiki, , Dr. Lee ameandika virabu 85, vikiwemo vile vilivyo maarufu kama Kuonja Uzima Wa Milele Kabila Mauti, Maisha Yangu Imani Yangu I & II, Ujumbe wa Msalaba, Kiasi cha Imani, Mbinguni I & II, Jehanamu, Amka, Isreali!, na Nguvu za Mungu. Vitabu vyake vimetafsiriwa katika zaidi ya lugha 75.

Makala yake ya Kikristo huchapishwa kwenye The Hankook Ilbo, The JoongAng Daily, The Chosun Ilbo, The Dong-A Ilbo, The Munhwa Ilbo, The Seoul Shinmun, The Kyunghyang Shinmun, The Korea Economic Daily, The Korea Herald, The Shisa News, na The Christian Press.

Dr. Lee sasa hivi ni kiongozi wa mashirika mengi ya kimisionari na taasisi. Nyadhifa zake zinajumuisha kuwa: Mwenyekiti wa The United Holiness Church of Jesus Christ; Raisi wa Manmin World Mission; Rais wa Kudumu wa The World Christianity Revival Mission Association; Mwasisi na Mwenyekiti wa Bodi ya Global Christian Network (GCN); Mwasisi na Mwenyekiti wa World Christian Doctors Network (WCDN); na Mwasisi & Mwenyekiti wa Bodi ya, Manmin International Seminary (MIS).